യേശയ്യൻ

yessayyan
novel

•

radhakrishnan cheruvalli

•

first edition
june 2015

•

published
chintha publishers, thiruvananthapuram

•

typesetting
star communications, thiruvananthapuram

•

printed
repro india ltd, mumbai

•

cover & illustration
sudheer p y

•

price
rupees one hundred and sixty only

Rights reserved

വിതരണം

ദേശാഭിമാനി ബുക്ക് ഹൗസ്

H O തിരുവനന്തപുരം–695 035
Ph: 0471-2303026, 6063020
www.chinthapublishers.com
chinthapublishers@gmail.com

ബ്രാഞ്ചുകൾ

ഹെഡ്ഡാഫീസ് ബ്രാഞ്ച് കുന്നുകുഴി • സ്റ്റാച്യു തിരുവനന്തപുരം • കെ എസ് ആർ ടി സി ബസ് സ്റ്റേഷൻ ആലപ്പുഴ • കെ എസ് ആർ ടി സി ബസ് സ്റ്റേഷൻ എറണാകുളം • ചിറ്റൂർ റോഡ്, എറണാകുളം • മച്ചിങ്ങൽ ലെയ്ൻ തൃശൂർ • ഐ ജി റോഡ് കോഴിക്കോട് • കെ എസ് ആർ ടി സി ബസ് സ്റ്റേഷൻ കോഴിക്കോട് • എൻ ജി ഒ യൂണിയൻ ബിൽഡിങ് കണ്ണൂർ • സെൻട്രൽ ബസ് ടെർമിനൽ കോംപ്ലക്സ് താവക്കര കണ്ണൂർ

CO - 2220 / 3694

യേശയ്യൻ

നോവൽ

രാധാകൃഷ്ണൻ ചെറുവല്ലി

ചിന്ത പബ്ലിഷേഴ്സ്
തിരുവനന്തപുരം-695 035
വില: ₹ 160

രാധാകൃഷ്ണൻ ചെറുവല്ലി

സ്വദേശം: തിരുവനന്തപുരം ജില്ലയിലെ ശ്രീകാര്യം. സെക്രട്ടേറിയറ്റിൽനിന്നും അണ്ടർ സെക്രട്ടറിയായി വിര മിച്ചു. ഇപ്പോൾ ചിന്ത പബ്ലിഷേഴ്സിൽ സബ് എഡിറ്റർ. പ്രസിദ്ധീകരിച്ച കൃതികൾ: *ഒരേ വഞ്ചിയിലെ യാത്രക്കാർ, അമിനിദ്വീപിലെ വിശേഷങ്ങൾ, മദ്ധ്യദേശത്തെ ചരിത്രപഥ ങ്ങൾ (യാത്രാവിവരണം) ആണധികാരത്തിന്റെ ബലപ്രയോ ഗങ്ങൾ –രാഷ്ട്രീയ സാമൂഹിക പഠനങ്ങൾ–(എഡിറ്റർ) സെല്ലു ലോയ്ഡ്: ചരിത്രത്തിലില്ലാത്ത ജീവിതവും സിനിമയും (ജി പി രാമചന്ദ്രനൊപ്പം), ചോരവീണ മണ്ണ് (കർഷക സമരഭൂ മിയിലെ സഞ്ചാരങ്ങൾ റ്റി എ രാജശേഖരൻ, രാജശശി കെ എന്നിവർക്കൊപ്പം) സീതാറാം യെച്ചൂരി (അഭിമുഖങ്ങൾ) എഡിറ്റർ (എം രാജീവിനൊപ്പം)*

ഭാര്യ	:	ആർ ശോഭനകുമാരി
മേൽവിലാസം	:	ഗ്രീഷ്മ, ജി ആർ എ – സി 44
		ചെറുവല്ലി ലെയ്ൻ, ഗാന്ധിപുരം
		ശ്രീകാര്യം പി ഒ,
		തിരുവനന്തപുരം 695 017.
ഫോൺ	:	9447010396, 0471–2597376
E-mail	:	radhakrishnancheruvally@gmail.com

ഉള്ളടക്കം

"മൊട്ടക്കുന്നിന്മേൽ കൊടി ഉയർത്തുവിൻ;
അവർ പ്രഭുക്കന്മാരുടെ
വാതിലുകൾക്കെത്തു കടക്കേണ്ടതിന്
ശബ്ദം ഉയർത്തി
അവരെ കൈകൊട്ടി വിളിപ്പിൻ"

യെശയാവ്: 13:2

പ്രസാധകക്കുറിപ്പ്

പ്രയോഗിക്കുന്ന ബലത്തിലധികം ചലിക്കാനുള്ള ശേഷിയുണ്ടായി രുന്ന ഒരിടതുപക്ഷ രാഷ്ട്രീയ പ്രവർത്തകനെയാണ് രാധാകൃഷ്ണൻ ചെറു വല്ലിയുടെ ഈ നോവലിൽ കാണാൻ കഴിയുന്നത്. യേശയ്യൻ എന്നാണ് അയാളുടെ പേര്. ജനങ്ങളിൽ ഇഴുകിച്ചേരാനുള്ള അസാധാരണമായ ശേഷിയുണ്ടായിരുന്നു അയാൾക്ക്.

ദളിത-ഇടതുപക്ഷരാഷ്ട്രീയത്തിന്റെ ഏറ്റവും ധനാത്മകമായ ഒരു മുഖ മാണ് യേശയ്യനിലൂടെ ആവിഷ്കരിക്കപ്പെടുന്നത്. സർവ്വീസ് രംഗത്തുള്ള മാനസിക ബന്ധങ്ങളുടെ ചടുലമായ അവതരണം ഈ നോവലിനെ മല യാളത്തിലെ ഏറ്റവും മികച്ച രചനകളിൽ ഒന്നാക്കിമാറ്റുന്നു.

ഏതിരുട്ടിലും ഒളിഞ്ഞിരിക്കുന്ന വെളിച്ചത്തെയാണ് ഈ നോവൽ പ്രതിനിധാനം ചെയ്യുന്നത്. രാധാകൃഷ്ണൻ ചെറുവല്ലിയുടെ ഈ പ്രഥമ നോവൽ വളരെ ചാരിതാർത്ഥ്യത്തോടെ വായനക്കാരുടെ മുന്നിൽ സമർപ്പി ക്കുന്നു.

ചിന്ത പബ്ലിഷേഴ്സ്

കഥകൾ പറഞ്ഞ് എന്നെ ഉണർത്തിയിരുത്തിയ അമ്മയ്ക്ക്
നിരന്തരം കലഹിക്കുന്ന ജീവിത പങ്കാളിക്ക്

യേശയ്യൻ എന്നൊരാൾ ജീവിച്ചിരുന്നു. എന്റെ ഗ്രാമ ത്തിലാണയാളും പിറന്നത്. കേരള ഗവൺമെന്റ് സെക്രട്ടേ റിയറ്റിൽ ജോലി ചെയ്തിരുന്നു. ഈ നോവലിലെ യേശ യ്യനും യഥാർത്ഥ യേശയ്യനും തമ്മിലുള്ള ബന്ധം ഇവിടെ അവസാനിക്കുന്നു. യഥാർത്ഥ സംഭവങ്ങളുടെ ഭാവനാത്മക മായ ആവിഷ്കാരങ്ങളും തികച്ചും ഭാവനമാത്രമായ സംഭ വങ്ങളും നോവലിൽ ചിത്രീകരിച്ചിട്ടുണ്ട്. സംഭവങ്ങൾ സത്യമായിരിക്കെത്തന്നെ അതിലെ വ്യക്തികൾ ഭാവന മാത്രമായ സന്ദർഭങ്ങളുണ്ട്. പല വ്യക്തികളുടെ സവിശേ ഷതകൾ യേശയ്യൻ എന്ന കഥാപാത്രത്തിന്റെ സൃഷ്ടിയിൽ ഉപയോഗപ്പെടുത്തിയിട്ടുണ്ട്.

രാധാകൃഷ്ണൻ ചെറുവല്ലി

1
യേശയ്യൻ

ശീതീകരിച്ച പെട്ടിയിൽ ട്യൂബ് വെളിച്ചത്തിന്റെ പ്രഭയിൽ യേശയ്യൻ കിടന്നു. പ്രമേഹം ഊറ്റിയെടുത്ത മേദസ്സും മുറിച്ചു മാറ്റപ്പെട്ട ഒരു കാലും അയാളെ വല്ലാതെ മെലിയിച്ചിരുന്നു. നര കയറിയ താടി പഴയ പടി തന്നെ യുണ്ട്. കണ്ണുകൾ അടഞ്ഞിരുന്നെങ്കിലും കൗതുകം തൂങ്ങുന്ന മുഖപേ ശികളിൽ വലിയ മാറ്റമൊന്നും കണ്ടില്ല.

ഏറെപ്പേർ വന്നുപോയി.

അടുത്ത ബന്ധുക്കൾ ചുറ്റും ഇരിക്കുന്നുണ്ട്. വളരെ നേരത്തേ കര ച്ചിൽ തുടങ്ങിയതിനാൽ എല്ലാരും തളർന്നിരുന്നു.

പാർട്ടി ലോക്കൽ കമ്മിറ്റിയുടെ റീത്ത് പെട്ടിക്കു മുകളിൽ യേശ യ്യന്റെ നെഞ്ചിനു നേരെ വച്ചിട്ടുണ്ട്. പാർട്ടി പതാകയിലെ ചുറ്റികയും അരി വാളും ഹൃദയത്തിൽ തൊട്ടു.

ഏറെ നേരം നോക്കി നിന്നപ്പോൾ യേശയ്യൻ പരിഭവിച്ചു. നെനക്ക് ഇന്നെങ്കിലും കുറച്ച് നേരത്തെ എത്തിക്കൂടായിരുന്നോ എന്നു ചോദിച്ചു. തെരഞ്ഞെടുപ്പു കാലത്തും പണിമുടക്ക്, ബന്ദ് കാലങ്ങളിലും ഞങ്ങൾ ഒരുമിച്ചാണ് പുറപ്പെട്ടിരുന്നത്.

തലേദിവസം പിരിയുമ്പോൾ പറയും.

"നാളെരാവിലെ ചെക്കോലമുക്ക് ആലിന്റവിടെ..."

പത്ത് മണി എന്നു പറഞ്ഞാൽ ഒമ്പത് അമ്പതിനു തന്നെ യേശ യ്യൻ ആലിൻചുവട്ടിലെ ചക്കിനു മുകളിൽ ഇരിപ്പുറപ്പിച്ചിട്ടുണ്ടാവും.

ഓടിക്കിതച്ചോ, സ്കൂട്ടറിലോ, ബൈക്കിലോ ഞാൻ എത്തും. അപ്പോൾ വൈകിയിട്ടുണ്ടാവും. പല കാലങ്ങളിൽ എനിക്കു പല വാഹ നങ്ങളുണ്ടായിരുന്നെങ്കിലും യേശയ്യനും ഞാനും യാത്ര ചെയ്തിരുന്നത് ഏറെയും യെസ്ഡി 250 ബൈക്കിലാണ്. സ്റ്റാർട്ടിങ് ട്രബിൾ യെസ്ഡി യുടെ തലയിലെഴുത്താണ്. ചവിട്ടി ചവിട്ടി മരിക്കും. കുറെചവിട്ടുമ്പോൾ

പെട്രോൾ ഓവർഫ്ളോ ചെയ്യുന്ന മണം പരക്കും. കക്ഷങ്ങളിൽ വിയർപ്പു പൊടിയും. വിയർപ്പ് ചാലായി ഒഴുകും. അവസാനം ഏതോ ഒരു ചവി ട്ടിൽ ഫയർ ആകും. യെസ്ഡിയുടെ പടപടാനുള്ള ശബ്ദം ദൂരെ നിന്നേ കേൾക്കാം. എന്നെ പറയാനുള്ള ശകാരങ്ങൾ യേശയ്യൻ അടുക്കിവച്ചിരി ക്കും. വളിച്ച മുഖത്തോടെ ഞാൻ ഗിയർ ഒന്നിലാക്കി ക്ലച്ച് അമർ ത്തി നിർത്തും.

വണ്ടിയുടെ ശബ്ദത്തിൽ പിന്നിൽനിന്നും ഉയരുന്ന ശകാരങ്ങൾ മുങ്ങി പ്പോകും.

യേശയ്യന്റെ ഭാര്യ എന്നെ കണ്ടു. ഞങ്ങൾ മുഖാമുഖം നോക്കി. എ നിക്ക് അവരുടെ മുഖത്തു നോക്കാനുള്ള ശക്തി ഉണ്ടായിരുന്നില്ല. യേശ യ്യന്റെ കാലുമുറിച്ചു കിടന്നപ്പോൾ ഒരു പ്രാവശ്യം മാത്രമാണ് ഞാൻ ചെന്നു നോക്കിയത്.

ഒരിക്കൽ ഞങ്ങൾ മിക്കപ്പോഴും ഒരുമിച്ചായിരുന്നു.

മണ്മയമാമീയുലകിൽ
          കാണ്മതുമായ
വൻമഹിമ ധനം സുഖങ്ങൾ
          സകലതും മായ
മന്നിൽ നമ്മൾ ജീവിതമോ
          പുല്ലിനെപ്പോലെ
ഇന്നുകണ്ടു നാളെ വാടും
          പൂക്കളെപ്പോലെ

പാട്ടുപുസ്തകം നോക്കാതെ ഒരാൾ പാടിത്തുടങ്ങി. മറ്റുള്ളവർ കൃത്യമായി ഇടയ്ക്കു വച്ച് പാട്ടിൽ കയറി.

തിരിഞ്ഞു നടക്കുമ്പോൾ യേശയ്യൻ ചുമലിൽപ്പിടിച്ചു.

നീ പെണങ്ങിപ്പോണ്ട. കുറേദൂരം ഞാനുംവരാം. നാളെ രാവിലെ പതിനൊന്നുമണിക്കേ സംസ്കാരമുള്ളൂ. അതുവരെ സമയമുണ്ട്.

2

സദാന്റെ സൈന്യം

വീട്ടിൽനിന്നും ഒന്നര കിലോമീറ്റർ അകലെയാണ് 'കരിയത്തെ വയൽ'. കുന്നിറങ്ങി കണ്ണോട്ടുകോണം ഏലായിലെ നടവരമ്പിലൂടെ നടന്ന് മഠത്തിക്കുളത്തിൽനിന്നും ഒഴുകിപ്പോകുന്ന കൈത്തോടു മുറിച്ചുകടന്ന് കാട്ടുമ്പുറത്തെത്തും. പുലയർ തിങ്ങിപ്പാർക്കുന്ന ഇടമാണ് കാട്ടുമ്പുറം. ഓലമേഞ്ഞ ചെറിയ ചെറിയ മൺകുടിലുകളും ചെറ്റപ്പുരകളുമാണിവി ടെ. ആ വീടുകൾക്കിടയിലൂടെയുള്ള ചവിട്ടുവഴികൾ താണ്ടിയാൽ കുത്തി റക്കമാണ്. ശ്രീകാര്യം—ചെമ്പഴന്തി റോഡ് മുറിച്ചുകടന്ന് വെഞ്ചാവോട് കുളത്തിനരികിലൂടെ കരിയം ഏലായുടെ താഴെയറ്റത്ത് എത്താം. കരിയം ചിറയിൽനിന്നും ഒഴുകിവരുന്ന കൈത്തോടിനരികിലൂടെ ഏലായുടെ തല യ്ക്കൽ എത്തുമ്പോൾ രണ്ടരപ്പറ വിസ്തീർണ്ണമുള്ള ഞങ്ങളുടെ 'കരി യത്തെ വയൽ' കാണാം.

കൃഷി തുടങ്ങിയാൽ പൊല്ലാപ്പായി. വീട്ടിൽനിന്നും ചാണകവും കോമാളിയും തലയ്ക്കു ചുമന്ന് 'കരിയംവയലിൽ' എത്തിക്കണം. അപ്പൻ ഒരു വലിയ കുട്ടയിലോ അലൂമിനിയം ചരുവത്തിലോ ചാണകവും കോമാ ളിയും എടുത്തിട്ടുണ്ടാവും. വാഴക്കരിയില ചുരുട്ടിയുണ്ടാക്കിയ ചുമ്മാടിനു മുകളിലാണ് കുട്ടയോ ചരുവമോ വയ്ക്കുക. അമ്മ ഞങ്ങൾക്കൊപ്പം വരില്ല. അവർക്ക് അടുക്കളയിൽ പിടിപ്പതു പണിയുണ്ടാവും. ഞങ്ങൾ ഏഴുമക്കളാണ്. ഏറ്റവും ആദ്യം അപ്പൻ. അതിനു പിന്നാലെ ചേച്ചിമാർ അതിനു പിന്നാലെ ഞാൻ. എനിക്കു പുറകെ അനുജത്തിമാർ അവർക്കും പിന്നാലെ അനുജന്മാർ. ഓരോ ആളിന്റെയും വയസ്സിനും ശരീരത്തിനും ഇണങ്ങുന്ന വിധത്തിലുള്ള പാത്രങ്ങളിലോ ചെറിയ കുട്ടകളിലോ ചാണകം എടുത്തിട്ടുണ്ടാവും. ക്രമം തെറ്റിക്കാതെ ഞങ്ങൾ നടന്നുപോകും. ആളുകൾ പറയും, സദാന്റെ സൈന്യം പോകുന്നു.

ആ കാലത്ത് ഓലമേഞ്ഞ വീടുകളേ ഉണ്ടായിരുന്നുള്ളൂ. അപ്പൻ അമ്മൂമ്മയോട് പിണങ്ങിപ്പിരിഞ്ഞ് സ്വന്തമായി ഓടിട്ട വീടുവച്ചു. ആദ്യം രണ്ടു മുറികൾ. പിന്നീട് കാശു കിട്ടുന്ന മുറയ്ക്ക് വിപുലപ്പെടുത്തി. അതി നാൽ വീടിന് പൂർണ്ണതയുണ്ടായിരുന്നില്ല.

നാട്ടുകാർ ആ വീടിനെ ഓടിട്ട കെട്ടിടം എന്നു വിളിച്ചു.

ക്രമേണ അതു 'കെട്ടിടം' എന്നു മാത്രമായി. കെട്ടിടത്തിലെ കുട്ടിക ളായി ഞങ്ങൾ അറിയപ്പെട്ടു.

ചാണകത്തിൽ നിന്നും ഊറി വരുന്ന കോമാളി ചുമ്മാട് നനച്ച് തല യിലൂടെ, കവിളിലൂടെ കഴുത്തിലൂടെ ഒലിച്ചിറങ്ങും. കോളേജിൽ പഠി ക്കുന്ന കുട്ടി ആയതു കാരണം ചേച്ചിക്ക് അതല്പം നാണക്കേടുണ്ടാക്കി യെങ്കിലും ഞങ്ങൾക്ക് നാണമാനാദികൾ തോന്നിത്തുടങ്ങിയിരുന്നില്ല. കഴുത്ത് കഴച്ച് ഒടിയുമ്പോലെ തോന്നും. വേഗത്തിൽ നടന്നുപോകുന്ന അപ്പനോടൊപ്പം ഓടിയെത്താൻ ഞങ്ങൾ പണിപ്പെടും.

ഒരു ചെറിയ കുട്ടനിരയെ ചാണകവുമായി അപ്പനു പുറകെ ഓടു മ്പോഴാണ് ഞാൻ ആദ്യമായി യേശയ്യനെ കാണുന്നത്.

സൈക്കിൾ റിമ്മിൽ വളഞ്ഞ കമ്പുകൊണ്ടുന്തി വേഗത്തിൽ പാഞ്ഞു പോകുകയായിരുന്നു അവൻ.

ഒരു നിമിഷം നിന്ന് സൈക്കിൾ റിം തഞ്ചത്തിൽ വളച്ചെടുക്കുന്ന അത്ഭുതവിദ്യ കൺനിറയെ കാണുന്നതിനുമുമ്പേ പിറകേ വന്നവൾ പറ ഞ്ഞു.

"പെട്ടെന്ന് നടയെണ്ണാ..."

3

കണ്ണാടി ഗോലി

ഉഴുതു മറിച്ച്, മരമടിച്ച് കലക്കിയ മണ്ണിൽ ചാണകം അലിഞ്ഞു ചേർന്നു. മൺവെട്ടിയിൽ ഒരു കൈ ഊന്നി മറുകൈകൊണ്ട് ബാലൻസ് ചെയ്ത് ഒരുകാൽ ചെളിക്കുമേൽ അർത്ഥവൃത്താകൃതിയിൽ ചലിപ്പിച്ച് നാല് ആണുങ്ങൾ.

ഞാറ്റടിയിൽ നിറച്ചു നിർത്തിയ വെള്ളത്തിൽ പിഴുതെടുത്ത നെൽച്ചെടികൾ ലാഞ്ചിയെടുത്ത് പിടികെട്ടും. ഒരുപിടി ഞാറെടുത്ത് വെള്ള ത്തിൽ ലാഞ്ചിയാലും ചെളിക്കട്ടകൾ അലിഞ്ഞില്ലെങ്കിൽ കുത്തി നിർത്തിയ കവളിമടലിൽ അടിച്ചുതെറിപ്പിക്കും. ചില പെണ്ണുങ്ങൾ തങ്ങ ളുടെ കാല്പാദം തെല്ലുയർത്തി അതിൽ തല്ലിയാവും ചെളി കളയുന്നത്.

ഞാറു പറിക്കുന്ന പെണ്ണുങ്ങൾക്കൊപ്പം ഒരു ചെറുക്കനുണ്ടായിരു ന്നു. ആണുങ്ങൾക്കൊപ്പം മൺവെട്ടിപ്പണി ചെയ്യാൻ അവൻ മുതിർന്നി രുന്നില്ല.

അവന്റെ പേര് യേശയ്യനാണെന്ന് അപ്പോഴാണ് മനസ്സിലായത്.

പിടികെട്ടിയ ഞാറ് വയലിൽ അവിടവിടെ ഇട്ടുപോരുമ്പോൾ എന്റെ കാലിൽ കുളയട്ടകൾ കടിച്ചുതൂങ്ങി. കലങ്ങിയ ചെളിവെള്ളത്തിൽനിന്നു വരമ്പിലേക്കു കയറി. അടുത്ത വയലിലെ കലങ്ങാത്ത വെള്ളത്തിൽ കഴു കി. ഒരു കുളയട്ടയെ അടർത്തി മാറ്റി. അവിടെ ചോരപൊടിഞ്ഞു.

"പറിച്ചെടുക്കല്ലേ പിള്ളേ... ചോര വരും. ചുണ്ണാമ്പു തേച്ചാ മതി."

പെണ്ണുങ്ങളുടെ മടിയിൽ തിരുകിയ മുറുക്കാൻ പൊതിയിൽ നിന്നും ചുണ്ണാമ്പുമായി യേശയ്യനെത്തി. അട്ടയുടെ തലയിൽ ചുണ്ണാമ്പു തൊട്ടു. അട്ട ഉടൻ കടിവിട്ടു.

"ഇന്നാ ഇതു വച്ചോ."

വെറ്റിലയിൽ പൊതിഞ്ഞ ചുണ്ണാമ്പ് ഞാൻ നിക്കറിന്റെ പോക്കറ്റിൽ തിരുകി.

ഞങ്ങളിൽ സൗഹൃദം മൊട്ടിട്ടു.

ഇടവപ്പാതിക്കാലമാണ്. മാനം കനം തൂങ്ങി നിന്നു. ഞാറ് ഇനിയും പറിച്ചു തീർന്നിട്ടില്ല. ആണുങ്ങൾ വയലൊരുക്കുന്ന പണി പൂർത്തിയാ ക്കാറായി.

ദൂരെ നിന്നും മഴയുടെ ഇരമ്പൽ. ഒരുക്കിയിട്ട വയലുകളിൽ മഴത്തു ള്ളികൾ നൃത്തം ചെയ്തു.

കാഴ്ച മറഞ്ഞു.

എങ്ങും മഴ മാത്രം.

ആണുങ്ങളും പെണ്ണുങ്ങളും ഓടിക്കയറി. വാഴകൾക്കും തെങ്ങു കൾക്കും ഇടയിൽ ഒതുങ്ങി. വാഴയില വളച്ചുപിടിച്ച് കുട തീർത്തു നില്ക്കു മ്പോൾ അടുത്തായി യേശയ്യൻ. ആകെ നനഞ്ഞുകുതിർന്ന അവന്റെ മുഖത്ത് മീശ വരുന്നതിന്റെ ലാഞ്ഛന കാണാം.

വാഴയുടെ ചുവട്ടിൽനിന്നും മഴ കാണുമ്പോൾ ഇലകളിൽ തട്ടി ദേഹത്തു വീഴുന്ന പെശറുകളുടെ തണുപ്പും വയലിലും വാഴച്ചുവട്ടിലു മുള്ള മഴയുടെ ശബ്ദ വ്യതിയാനവും ശ്രദ്ധിക്കാതിരിക്കാനാവില്ല. ഇടയ്ക്കി ടയ്ക്ക് ചെളിപുരണ്ട കാലുകൾ മഴയിലേക്കു നീട്ടും. ചെളി അലിഞ്ഞ് കാലുകളിലൂടെ ഒഴുകിപ്പോകും.

തിരിഞ്ഞു നിന്ന് മൂത്രമൊഴിക്കുമ്പോൾ ആവി പറക്കും.

യേശയ്യൻ എനിക്ക് അവിടെവെച്ച് ഒരു കണ്ണാടി ഗോലി തന്നു.

പുന്നക്കായ കൊണ്ടു ഗോലികളിക്കുമ്പോൾ പലവട്ടം ഞാൻ കണ്ണാടി ഗോലിക്കു കൊതിച്ചിട്ടുണ്ട്.

മഴ തോർന്നപ്പോൾ എല്ലാരും വയലിലേക്കോടി.

ഞാൻ പണിക്കാരനല്ലല്ലോ. അതിനാൽ ഓടിപ്പോകാൻ ധൃതികാട്ടി യില്ല. കുറേനേരം കൂടി വാഴച്ചുവട്ടിൽ നിന്നു. ഗോലിയിൽ അല്പം ചെളി പുരണ്ടിരുന്നു. വാഴയിലയിൽ അവശേഷിച്ചിരുന്ന മഴത്തുള്ളികൾ കുലുക്കി ഗോലി കഴുകി.

പതിനൊന്നു മണിക്കാണ് ഇളംപകൽ.

ഉച്ചഭക്ഷണത്തിനു മുമ്പ് പണിക്കാർക്കു നല്കുന്ന കഞ്ഞിയോ പുഴുക്കോ ആണത്.

വയലിൽ നിന്ന് ഞാറ്റുപിടികൾ നീട്ടിയെറിയുമ്പോഴും താഴെ തോട്ടു വരമ്പിൽ അമ്മ പ്രത്യക്ഷപ്പെടുന്നുണ്ടോയെന്നാവും എന്റെ കണ്ണ്. ഇടവ പ്പാതിക്കാലത്ത് വേഗത്തിൽ വെശക്കും. വയലിൽ കാൽ തൊട്ടാലുടൻ വെശപ്പു തുടങ്ങുകയായി.

അമ്മയുടെ തലയിൽ പല തട്ടുകളായി അടുക്കിവെച്ച പാത്രങ്ങൾ കാണും.

ഒടുവിൽ ആ കാഴ്ചകണ്ടു.

ഒരു പൊട്ടുപോലെ അമ്മ.

കടലിൽ പുക, പുകക്കുഴൽ, പിന്നെ കപ്പലിന്റെ മുകൾത്തട്ട് എന്ന നിലയ്ക്കാവും കാണുകയെന്ന് ക്ലാസിൽ പഠിച്ചിട്ടുണ്ട്.

അതുപോലെയാണ് അമ്മ കാഴ്ചയിൽ തെളിയുന്നത്.

ആ കാഴ്ച കണ്ടാലുടൻ ഞാൻ കരയിൽ കയറി അമ്മയ്ക്കരുകി ലേക്ക് ഓടും.

ചിലപ്പോൾ അവരുടെ കൈകളിലും എന്തെങ്കിലുമുണ്ടാവും.

കൈകഴച്ചുവരുമ്പോൾ താങ്ങാവേണ്ടത് മകന്റെ കടമയാകുന്നു.

എന്നാൽ എനിക്കായി കരുതിയ മാമ്പഴം കൈക്കലാക്കുകയാവും ഓട്ടത്തിനു പിന്നിലെ അന്തഃപ്രേരണ.

ഓലക്കാലു വളച്ചുണ്ടാക്കിയ വൃത്തങ്ങളിൽ തുമ്പില ഇറക്കിവെച്ച് അതിൽ കഞ്ഞിയൊഴിക്കുന്നു. ഇലക്കീറിൽ ചക്ക എരിശ്ശേരി. എരിശ്ശേരി യിൽ വരുത്തിട്ട ചുവന്ന മുളകും കറിവേപ്പിലയും.

കോട്ടിയിട്ട പ്ലാവിലക്കുമ്പിളുകൾ ബാക്കി കിടന്നു.

കഞ്ഞികുടി കഴിഞ്ഞ് തെങ്ങിനുമറവിൽ മറ്റാരും കാണാതെ മാമ്പഴ പ്പുളുകൾ കഴിക്കുമ്പോൾ തോട്ടുവരമ്പിൽ നിന്നും കൈകൾ കഴുകി യേശ യ്യൻ വയൽവരമ്പിലേക്കു നടക്കുന്നു.

"ശ്ശൂ"

ഞാൻ മെല്ലെവിളിച്ചു. വലിയ ഒരുപുള് മാങ്ങ ഉയർത്തിക്കാട്ടി.

ചിരിച്ചുകൊണ്ട് ഓടിയെത്തി. രണ്ടു കഷണം മാങ്ങ, കോട്ടിയ കൈ ക്കുള്ളിൽ വച്ചു. ഒറ്റയടിക്ക് അകത്താക്കുമ്പോൾ അവന്റെ രണ്ടു കവിളു കളും വീർത്തുവന്നു. അതിന്റെ പുറത്തായിരുന്നു ചിരി വിരിഞ്ഞു നിന്നത്.

അന്ന് പണിക്കാർക്കെല്ലാം കൂലികൊടുത്തു കഴിയുമ്പോൾ അപ്പൻ എന്റെ കൈയിൽ ഒരു അമ്പതു പൈസ തുട്ടു വച്ചുതന്നു.

4

സൈക്കിൾ റിം

വിലപേശൽ ഉണ്ടായില്ല. ഞാൻ അമ്പതുപൈസ തുട്ട് യേശയ്യന്റെ കൈയിൽ കൊടുത്തു. അവൻ സൈക്കിൾ റിം കൈമാറി. റിം ഓടിക്കു ന്നതിന് പ്രാഥമിക പാഠങ്ങളുണ്ട്. തെളിഞ്ഞ ചവിട്ടുവഴിയിലൂടെ റിം രണ്ടു മൂന്നു ചാൽ ഓടിച്ചു. ചെറുതായി വളഞ്ഞ മരക്കമ്പ് ചലിച്ചു തുടങ്ങിയ റിമ്മിന്റെ പാത്തിയിൽ മെല്ലെ തൊടുക. മറിയാൻ തുടങ്ങും. എന്നാൽ അതു കാര്യമാക്കാതെ ചെറിയൊരു ബലം നല്കുക. റിമ്മിന്റെ വേഗത കൂടും. ബ്രേക്ക് ചെയ്യണമെങ്കിൽ വൃത്തത്തിനകത്ത് ഉന്തു കമ്പുകൊണ്ട് പതുക്കെ തടയണം. വളവിൽ തിരിയണമെങ്കിൽ എതിർവശങ്ങളിൽ ഉന്തു കമ്പ് ചേർത്തുപിടിക്കണം.

പാഠങ്ങൾ പൂർത്തിയാക്കി റിമ്മുമായി ഞാൻ കാട്ടുമ്പുറത്തെ ചവി ട്ടുവഴിയിലൂടെ നീങ്ങി. വളവുകഴിയുംവരെ യേശയ്യൻ നോക്കി നിന്നു.

കുന്നിറങ്ങുമ്പോൾ റിം കൈവിട്ടു. നേർവഴിവിട്ട് തെങ്ങിൻ ചുവട്ടി ലേക്ക് തിരിഞ്ഞ് ഇടവപ്പാതി ശേഷിപ്പിച്ച വെള്ളത്തിൽ മറിഞ്ഞുവീണു. ആ വെള്ളം കൊണ്ടു റിം കഴുകി. തറയിൽ വയ്ക്കാൻ തോന്നിയില്ല. ചുമലിൽ ഞാത്തിയിട്ടു. കുന്നിറങ്ങി വയൽ വരമ്പിലൂടെ ഓടി അക്കര ക്കുന്നിലെത്തി. വീട്ടിലേക്കു കുതിക്കുമ്പോൾ പാദങ്ങൾനിലത്തു തൊട്ടി രുന്നില്ല.

മുറ്റത്തെ പുകില് കണ്ട് അമ്മ പുറത്തിറങ്ങി.

"എവിടന്നെടാ ഈ കുന്ത്രാണ്ടം?"

"അക്കരേന്ന് ഒരു ചെറുക്കൻ തന്ന്."

"ചുമ്മാ തന്നാ?"

"പൈസ കൊടുത്ത്"

"എത്തറ."

"അമ്പതു പൈസ"

"നെന്റേലെവ്ട്ന്ന് പൈസ?"

"അപ്പൻ കൂലി തന്ന്."

"കൈയ്യീ പൈസ കിട്ടിയാ അപ്പത്തീക്കണം. എന്നാലല്ലേ നെനക്ക് സമാധാനമൊണ്ടാവൂ."

ഞാൻ മൗനിയായി. അമ്മയുടെ അടുത്ത നീക്കം കാത്തു.

പിന്നീടൊന്നും മിണ്ടാതെ അമ്മ അടുക്കളയിലേക്കു വലിഞ്ഞു.

റിമ്മിനുപുറകെയുള്ള ഓട്ടം എന്റെ ജീവിതത്തിന് വേഗം പകർന്നു. മണ്ണെണ്ണ വാങ്ങാൻ പോകുമ്പോൾ എനിക്ക് മുമ്പേ സൈക്കിൾ ചക്രമുണ്ടാവും. സാങ്കല്പിക ഹോൺമുഴക്കും. ഗിയർമാറുമ്പോൾ ട്രാൻസ്പോർട്ട് ബസ് പുറപ്പെടുവിക്കുന്ന ഫെയ്... ശബ്ദം മുഴക്കി സൈക്കിൾചക്രം നാട്ടു വഴികളിലൂടെ കുതിച്ചു. എന്തെല്ലാം അഭ്യാസങ്ങൾ ഒരു സൈക്കിൾചക്രം കൊണ്ടു സാദ്ധ്യമാകുമോ അതെല്ലാം കാലക്രമത്തിൽ ഞാൻ അഭ്യസിച്ചു. താഴെയുള്ളവർക്ക് ഇതിൽ തൊടാൻപോലും അനുവാദമുണ്ടാകില്ല. എന്റെ അഭാവത്തിൽ അവരെങ്ങാനും അതിൽ തൊട്ടാൽ അന്ന് ഇടിയുടെ പൊടിപൂരമാവും. ന്യൂസ് ഏജന്റ് റഷീദിന് സൈക്കിൾ നന്നാക്കലാണ് പകൽ മുഴുവൻ പണി. വീട്ടിൽ 'കേരളകൗമുദി' ഇടുന്നത് റഷീദാണ്. റഷീദിന്റെ വർക്ക്ഷോപ്പിൽ നിന്നും സൈക്കിൾ ടയർ ഒന്നു കൈക്കലാ ക്കി. പന്ത്രണ്ടു പൈസ കൊടുക്കേണ്ടിവന്നു. മുട്ടായിക്കാരിലമ്മയുടെ പെട്ടിക്കടയിൽ നാലു തൊണ്ടു കൊടുത്തു. ഒരുതൊണ്ടിന് മൂന്നു പൈസ

വീതം. 'തൊണ്ടു കൊടുത്തു ടയറു വാങ്ങി ടും ടും ടും' എന്നു പാടി ഞാൻ വീട്ടിലേക്കു കുതിച്ചു. റിമ്മിൽ ടയർകയറ്റുന്നത് ഇത്തിരി പാടുള്ള കാര്യമാണ്. അവസാനം മിച്ചം വരുന്ന ഭാഗം കത്തികൊണ്ട് തിരുകിക്ക യറ്റണം.

റിമ്മിൽ ടയർ കയറിയതോടെ അതിന്റെ ഗമ ഇരട്ടിച്ചു. മഴപെയ്ത മണ്ണിൽ സൈക്കിൾ ടയർ പതിഞ്ഞു.

ഓടിച്ചു തളരുമ്പോൾ കുന്നിൻ മുകളിൽ നിന്ന് താഴോട്ട് ഉരുട്ടും.

അപ്പോൾ അത് കാണേണ്ട ഒരു കാഴ്ചതന്നെ. ടയർ ഒരു തളിക യായി മാറും. പറക്കും തളിക. അടുത്ത വീട്ടിൽ അമ്മൂമ്മയുണ്ട്. അമ്മൂമ്മ ഒരു ദേഷ്യക്കാരിയാണ്. ചന്തയിൽ നിന്നു മടങ്ങുമ്പോൾ മുണ്ടിന്റെമുന്തി യിൽ ഞാറപ്പഴം, ചൂളപ്പഴം, കാരപ്പഴം എന്നീ പഴങ്ങളോ അണുഗുണ്ടു മുട്ടായിയോ നാരങ്ങാമുട്ടായിയോ കൊക്കുബിസ്ക്കറ്റോ ഞങ്ങൾക്കായി കരുതും. അതെടുത്തു തരുമ്പോൾ മാത്രമാണ് അമ്മൂമ്മയുടെ മുഖത്ത് ചിരി വരുന്നത്. ചില രാത്രി അമ്മൂമ്മയ്ക്ക് കൂട്ടുകിടക്കാൻ പോകും. അപ്പോൾ അവർക്ക് ദേഷ്യമുണ്ടാകില്ല. നിലാവുള്ള രാത്രികളിൽ, മേഞ്ഞ ഓലക്കീറുകൾക്കിടയിലൂടെ പ്രകാശം ചാണകം മെഴുകിയ തറയിൽ വീഴും. ഞാനത് കൈകളിലെടുക്കും. അമ്മൂമ്മ കഥകൾ പറയും. കഥ കേട്ട്കേട്ടാവും ഉറക്കത്തിൽ വീഴുന്നത്. നേരം വെളുക്കുമ്പോൾ അമ്മൂ മ്മയുടെ മുഖത്ത് മൂശേട്ടകയറും.

പള്ളിക്കൂടം അവധിയായ ഒരു ഉച്ചയ്ക്ക് ഞാനെന്റെ സൈക്കിൾ ചക്രം ഉരുട്ടിവിട്ടു. അമ്മൂമ്മയുടെ വീടിനു നേർക്ക്.

ചക്രം ചന്തത്തോടെ ഉരുണ്ടു.

വഴിതെറ്റിയില്ല. കോട്ടം തെറ്റിയില്ല.നേരെ നേരെ....

അമ്മൂമ്മ കലം കഴുകിയടുക്കുകയായിരുന്നു.

സൈക്കിൾ ചക്രം രണ്ടു മൺകലവും മൂന്നു ചട്ടികളും ഉടച്ച് അമ്മൂ മ്മയുടെ പുറകിൽ ഇടിച്ച് മറിഞ്ഞുവീണു.

മൂശേട്ട ചീറ്റി.

എന്നെ നോക്കി തെറിപ്പുരം നടത്തി. തവിക്കണ കൊണ്ട് അടിക്കാൻ വന്നു. ഞാനോടിയകന്നു. കലിതുള്ളിയ അമ്മൂമ്മ അങ്ങോട്ടുമിങ്ങോട്ടു മോടി. ഒടുവിൽ മൺചുവരിൽ ചാരിവച്ചിരുന്ന കോടാലിയെടുത്ത് ഒറ്റവെ ട്ട്. ടയൽ പാതികീറി. റിം ചളുങ്ങി പൊട്ടിമാറി.

എനിക്ക് വിങ്ങലടക്കാനായില്ല.

നെഞ്ചിലിടിച്ച് കരഞ്ഞു.

ഏങ്ങലിൽ ശബ്ദം പുറത്തുവന്നില്ല.

വേഗത്തിലുരുണ്ട ബാല്യത്തിൽ കോടാലി വീണു.

5
ചുണ്ടെലി

കരിയത്തെ വയലിലേക്ക് ഇടയ്ക്കിടയ്ക്ക് പോകേണ്ടിവരും. നെൽച്ചുവട്ടിൽ വെള്ളമുണ്ടോയെന്നും ഓലചുരുട്ടിപ്പുഴുവോ തണ്ടുതുര പ്പനോ നെൽച്ചെടികളെ ആക്രമിക്കുന്നുണ്ടോ എന്നും നോക്കണം.നീരെ ലികൾ വെള്ളത്തിലൂടെ നീന്തിവന്ന് കുടംവന്ന നെല്ലിന്റെ ഗർഭംതുരക്കു ന്നില്ലെന്നും വെള്ളം കുറഞ്ഞ ഭാഗത്ത് തുരപ്പനെലികൾ തലനീട്ടുന്നി ല്ലെന്നും ഉറപ്പു വരുത്തണം.

സ്കൂളു വിട്ടുവന്ന് വൈകുന്നേരങ്ങളിലാവും യാത്ര.

ശനിയാഴ്ചകളിൽ അവധിയായതിനാൽ രാവിലെ ഗോതമ്പുപുട്ടു കഴിച്ച് പുറപ്പെട്ടാൽ ഉച്ചക്കഞ്ഞിക്ക് തിരികെ എത്തിയാൽ മതിയാവും.

വയലിലേക്കുള്ള യാത്ര പലപ്പോഴും ഉഗ്രൻ സംഘട്ടനങ്ങളിൽ കലാ ശിക്കാറുണ്ട്. വഴിനീളെ ശത്രുക്കളാണ്. ശത്രുനമ്പർ ഒന്ന് ചുണ്ടെലിയാ ണ്. ചുണ്ടെലി ഈയിടയ്ക്കു മാത്രം സ്കൂളിൽ പ്രത്യക്ഷപ്പെട്ട കഥാപാ ത്രമാണ്.

ചുണ്ടെലിയെപ്പോലെ കൂർത്തമുഖം. രണ്ട് എലിച്ചെവികൾ. ദേഹം മുഴുവൻ ചെമ്പിച്ച രോമം.

നിക്കറിനടിയിൽ വാല് ഒളിപ്പിച്ചുവച്ചിട്ടുണ്ടാവുമെന്നാണ് എന്റെ ആത്മ സുഹൃത്ത് ഉണ്ണി രഹസ്യം പറഞ്ഞത്.

ഒടുക്കം വന്നവനല്ലേ, ഒറ്റയ്ക്കല്ലേ, ഞങ്ങളുടെ വഴിയേ വരുന്നവ നല്ലേ എന്നൊക്കെ കരുതി ഒപ്പം കൂട്ടി. എന്നിട്ടും അവൻ ഉണ്ണിയെ അടി ച്ചു. ചവിട്ടി.

ചുണ്ടെലി എന്ന പേര് ഉണ്ണിയിട്ടതാണെന്ന വർത്തമാനം അവന്റെ ചെവിയിൽ വീണിരുന്നു.

കൊച്ചുരാമൻഅപ്പൂപ്പന്റെ കാരമരത്തിന്റെ ചുവട്ടിൽനിന്നും കാരയ്ക്ക

പെറുക്കാൻ കുനിഞ്ഞ ഉണ്ണിയുടെ മുതുകിൽ അവൻ ചവിട്ടി. ഉണ്ണി കമ
ഴ്ന്നടിച്ചുവീണു.

ഞാൻ ഉണ്ണിയുടെ രക്ഷയ്ക്കെത്തി. ചുണ്ടേലിയുടെ പുറകിലൂടെ
ചെന്ന് കഴുത്തിന് പൂണ്ടടക്കം പിടിച്ചു. ഉണ്ണി എഴുന്നേറ്റ് അവന്റെ വയ
റ്റിന് ഇടിച്ചു. കഴുത്തിലെ പിടിമുറുക്കിയതിനാൽ ചുണ്ടേലിയുടെ കണ്ണു
കൾ തള്ളി തള്ളിവന്നു.

അവൻ അലറിക്കരഞ്ഞു. തൊണ്ടയിൽ കയർ കുരുങ്ങിയ ആടിനെ
പ്പോലെ.

പിടിവിട്ടു.

"പ്രാന്തന്റെ കടയി വരുമല്ല് അപ്പത്തരാം."

"പോടാ ചുണ്ടേലീ. നെന്റെ ഒളിച്ചുവച്ച വാലും വെട്ടും." ഉണ്ണി പറ
ഞ്ഞു.

ചുണ്ടേലി കല്ലെടുത്ത് എറിഞ്ഞു. ഞങ്ങൾ തിരിച്ചും.

കല്ലുകളിൽ നിന്നും ഒഴിഞ്ഞു മാറാനുള്ള വിരുത് രണ്ടുകൂട്ടർക്കും
ഉണ്ട്.

എന്നിട്ടും ഉണ്ണിയുടെ മൊട്ടത്തലയിൽ ഏറു കൊണ്ടു. ചോര കുടു
കുടാചാടി.

ചുണ്ടേലി മരങ്ങൾക്കിടയിലൂടെ പാഞ്ഞ് മാളത്തിലേക്ക്പോയി.
ഞാനോടിച്ചെന്ന് തെങ്ങിൻ പൂപ്പെടുത്തു മുറിവിൽവച്ചു.

ഞങ്ങളുടെ പ്രദേശത്തുകാർക്ക് ആകെയുള്ള പലചരക്കുകടയാണ്
പ്രാന്തന്റെകട. പ്രാന്തൻ യഥാർത്ഥത്തിൽ ഇപ്പോൾ കട നടത്തുന്നയാ
ളിന്റെ അച്ഛനാണ്. കടക്കാരൻ പ്രാന്തില്ല. എന്നിട്ടും അയാളെ ഞങ്ങൾ
പ്രാന്തനെന്നു വിളിച്ചു. കൈയിൽ പൈസ ഇല്ലാത്തപ്പോൾ ഒരു കുട്ടനി
റയെ പച്ചത്തൊണ്ടുമായി പോകും. പൈസ ഉള്ളവർക്ക് സാധനം കൊടു
ത്തശേഷം കടക്കാരൻ പുറത്തിറങ്ങി തൊണ്ടു പരിശോധിച്ച് കരിക്കിൻ
തൊണ്ടും ഉണങ്ങിയതൊണ്ടും ഒഴിവാക്കി എണ്ണിയെടുക്കും. ദീർഘകാലം
ഒരു തൊണ്ടിനു മൂന്നുപൈസയായിരുന്നു വില.

തൊണ്ടുമായി പോകുമ്പോൾ രണ്ടു കൈയും കുട്ടയിൽ പിടിച്ചിരി
ക്കും. ഈ തക്കം നോക്കി ചുണ്ടേലി പാഞ്ഞെത്തി മുതുകത്തിടിച്ചിട്ട്
ഓടിക്കളയും.

ഇതിനു പകരംകൊടുക്കും.

തിരിച്ചുപോകുമ്പോളായിരിക്കും ചുണ്ടേലിയുമായുള്ള ഘോരയുദ്ധം.

മുതിർന്നവരാരെങ്കിലുമെത്തി പിടിച്ചുമാറ്റും. കരിയത്തെ വയലിലേ
ക്കുപോകുന്നത് ചുണ്ടേലിയുടെ വീട്ടുമുറ്റത്തുടെയാണ്. അവന്റെ അപ്പ
നുമമ്മയും വീട്ടിലുണ്ടെങ്കിൽ അവൻ പാവംപോലെ നില്ക്കും. അവരി
ല്ലെങ്കിൽ ചീറിയടുക്കും.

ചുണ്ടേലിയെ ഭയന്ന് യേശയ്യനെക്കൂട്ടിയാവും ഞാൻ വയലിലേക്കു
പോകുന്നത്. യേശയ്യൻ ഒപ്പമുള്ളപ്പോൾ ആരും അടുക്കില്ല. യേശയ്യനെ
പ്പുമാകും ബാക്കി ദൂരം പിന്നിടുന്നത്.

വളവുകഴിഞ്ഞ് ഗോലിത്തറയിൽ എത്തും.

അത് മറ്റൊരു സംഘട്ടന സ്ഥലമാണ്. വിക്രമന്റെ നേതൃത്വത്തിൽ യേശയ്യനോളം മുതിർന്ന കുട്ടികളാണധികവും.

അവർ ഉശിരൻ ഗോലികളിക്കാരാണ്. പുന്നക്കായല്ല. അസൽ സ്ഫടികഗോലികൾ. അവർ ഞങ്ങളെ ഗോലികളിക്കാൻ വെല്ലുവിളിക്കും. വെല്ലുവിളി ഏറ്റെടുത്തില്ലെങ്കിൽ അടി ഉറപ്പ്. യേശയ്യന്റെ പോക്കറ്റിൽ എപ്പോഴും ഗോലികളുണ്ടാവും. യേശയ്യൻ പൊരുതി മുന്നേറും. ഞാൻ പച്ചകാണില്ല; എന്നെ പച്ച കാണിക്കില്ല. വളഞ്ഞിട്ട് ആക്രമിക്കും. എന്റെ കണ്ണിൽ വെള്ളം നിറയും. ഒടുവിൽ, മുറക്കിപ്പിടിച്ച കൈമുട്ടിൽ ഗോലികൾ വർഷിക്കും.

കണ്ണിൽ പൊന്നീച്ച പറക്കും.

കളി മതിയാക്കി ദൂരെയെത്തുമ്പോൾ ഞാൻ കാരീ എന്നുറക്കെവിളിക്കും. കാരി വിക്രമന്റെ ഇരട്ടപ്പേരാണ്. അക്കാലത്ത് ഇരട്ടപ്പേരില്ലാത്തവർ ചുരുക്കം. കുറെ ദൂരം വിക്രമൻ ഓടിയെത്തും. പിന്നെ 'എലിയത്തിന്നി നാടാനേ' എന്നു നീട്ടും. ഞാൻ തളരും. കാരണം ഞാൻ എലിയിറച്ചി കഴിച്ചിട്ടുണ്ട്.

6

പുളിമരത്തണലിൽ

തോട്ടിൻകരയിൽ വലിയൊരു പുളിമരം. ഇടവമഴയ്ക്കുമുന്നേതന്നെ പുളിമരത്തിൽ പൂക്കൾ നിറയും. മഞ്ഞനിറത്തിലുള്ള കുഞ്ഞുപൂക്കൾക്കു ള്ളിൽ മെറൂൺ നിറത്തിലുള്ള പുള്ളികൾ. പൂവിതളിനകത്ത് രൂപ മെടു ത്തുവരുന്ന വാളമ്പുളി. തളിരിലകളും പൂക്കളും ഒരുമിച്ചാണു വരിക. അതി നാൽ പൂക്കാലത്ത് പുളിമരം വേറൊരുകാഴ്ചയാണ്. പുളിമരത്തിൽ അസം ഖ്യം കിളികളുണ്ടാവും. പച്ചത്തത്ത, കുട്ടുറുവൻ, തൂക്കണാം കുരുവി, കാക്കാക്രാണി എന്നിവ ഒളിച്ചിരിക്കും. മഴ പെയ്ത സമയമാണെങ്കിൽ കാക്കകൾ പുളിയിലകളിൽ ചിറകടിച്ച് കാക്കാക്കുളി കുളിക്കും. പുളിമര ത്തിനു ചുവട്ടിലെ ഇലകളിൽ ചിക്കിപ്പെറുക്കി എപ്പോഴും പീണിക്കിളി കൾ ബഹളം വയ്ക്കുന്നുണ്ടാവും.

പുളിമരത്തണലിലാണ് ചന്തത്തിൽ ചെളിമണ്ണ് തേച്ച ഒറ്റമുറി വീട്. ഓല മേഞ്ഞ മേല്ക്കുര അല്പം താഴ്ത്തിയിട്ടിട്ടുണ്ട്. ആ ചായ്പ്പിൽ എപ്പോഴും കമുകിൻപാളകൾ തൂക്കിയിട്ടിട്ടുണ്ടാവും.

അയ്യനും കാളിയുമാണ് അവിടെ താമസം. ഒറ്റത്തോർത്തുടുത്ത് മുറ്റ ത്തുണ്ടാവും, അയ്യൻ.

അയ്യന്റെ ദേഹം മുഴുവൻ ചുക്കിച്ചുളിഞ്ഞതാണ്. കാളി അയ്യന്റെ പെണ്ണാണ്. അവർ അടുക്കളയിൽ കരിയില കൂട്ടി അടുപ്പെരിക്കുകയായി രിക്കും. മേച്ചിലോലയ്ക്കിടയിലൂടെ പുക ഉയരും. യേശയ്യന്റെ അപ്പൂപ്പനും അമ്മൂമ്മയുമാണ് അയ്യനും കാളിയും. അയ്യന്റെയും കാളിയുടെയും മക നാണ് അപ്ലോസ്. അപ്ലോസിന്റെ പെണ്ണ് റോസമ്മ. റോസമ്മയുടെയും അപ്ലോസിന്റെയും ഏഴുമക്കളിൽ മൂന്നാമൻ യേശയ്യൻ. അയ്യനും കാളിയും പള്ളിയിൽ പോയില്ല. ഗോതമ്പും ഉപ്പുമാവും വാങ്ങാൻപോയ അപ്ലോസ് മാർത്തോമ പള്ളിയിലായി. പള്ളിയിൽ ചേരുന്നതിനു മുമ്പ്

നാരാണൻ എന്നായിരുന്നു പേർ.

യഥാർത്ഥത്തിൽ അയ്യനും കാളിയും ചേർന്ന് മകനിട്ട പേർ നാരായ
ണൻ എന്നായിരുന്നു.

മഠത്തിലെ യജമാനന്റെ ഏരിപ്പ് നാരായണപിള്ള കോപിഷ്ഠനായി.
തന്റെ പേർ ഒരു പെലച്ചെറുക്കനിട്ടത് അയാൾക്ക് സഹിച്ചില്ല. ഒരു കലഹം
ഒഴിവാക്കാൻ അയ്യനും കാളിയും മകന്റെ പേരിൽ മാറ്റംവരുത്തി. നാരാ
ണൻ. നാരാണൻ എന്ന അപ്ലോസ് അയ്യന്റെയും കാളിയുടെയും ഏകമ
കനായിരുന്നു. അയാൾ നല്ലൊരു കാളപൂട്ടുകാരനും മരമടിക്കാരനുമായി
രുന്നു. കണ്ണോട്ടുകോണംഏലായിലെ പ്രധാനപൂട്ടുകാരനായ അപ്ലോ
സിന്റെ നീട്ടിയവിളികളാൽ നടവുകാലം ശബ്ദമാനമായി.

അപ്ലോസ് റോസമ്മയെ കെട്ടിയ ദിവസമായിരുന്നു ഇന്ത്യ സ്വതന്ത്ര
യായത്. പക്ഷേ, അവരതറിഞ്ഞില്ല. അപ്ലോസും റോസമ്മയും കെട്ടിപ്പി
ടിച്ചു കിടക്കവെ ഇന്ദ്രപ്രസ്ഥത്തിൽ യൂണിയൻ ജാക്ക് താഴുകയും
ത്രിവർണ്ണ പതാക ഉയരുകയും ചെയ്തു. പുലർച്ചെ തോട്ടിലിറങ്ങിക്കു
ളിച്ച് അപ്ലോസും റോസമ്മയും തലതോർത്തി നില്ക്കുമ്പോൾ ഒരാരവം
അടുത്തുവന്നു. മൂവർണ്ണക്കൊടി മുന്നിൽ പിടിച്ച് നൂക്കണ്ണ് സായിപ്പ്

വയൽവരമ്പിലൂടെ നടന്നുവരുന്നു. സ്ഥലത്തെ പ്രധാന കോൺഗ്രസ്
പ്രവർത്തകനാണ് നൂക്കണ്ണ്. പുറകെ പത്തമ്പതു പേരും.

ഉണരുവിൻ എണീക്കുവിൻ അണിനിരന്നു കൊള്ളുവിൻ
രണത്തിനുള്ള കാഹളം ശ്രവിച്ചിടിൻ മനോഹരം
സ്വതന്ത്രമായ് സ്വതന്ത്രമായ് സ്വതന്ത്രമായി ഭാരതം.
സ്വതന്ത്രമായി കേരളം സ്വതന്ത്രമായ് സമത്വവും.

ഈണത്തിലുള്ള പാട്ടുകേട്ട് അവർ പുലിമരച്ചോട്ടിലേക്കു മാറി. ജാഥ
അടുത്തെത്തി. നൂക്കണ്ണ് സായിപ്പ് അവർക്കുനേരെ കൈവീശി.

അവർ നോക്കിനില്ക്കെ ജാഥ അകന്നകന്നുപോയി.

7

രൂഫാ മേണം

ഞാൻ ഇടയ്ക്കിടയ്ക്ക് അയ്യന്റെ വീട്ടിൽ പോകാറുണ്ട്. തോടുക
ടന്ന് തേരി കയറി പുളിമരച്ചോട്ടിൽ നിന്ന് അയ്യാ...യെന്നു നീട്ടിവിളിക്കും.

"ആരെടാ പുള്ളെ.."

"ഞാന്തന്നെ."

"ആര്?"

"അക്കരെ ഓടിട്ട കെട്ടിടത്തിലെ."

"ആശാന്റെ മോനാ...വാ പുള്ളെ."

അപ്പൻ പുലയർക്കെല്ലാം ആശാനാണ്. അപ്പനെന്നല്ല നാടാന്മാരായ
പുരുഷന്മാരെല്ലാം പുലയർക്ക് ആശാന്മാരാണ്.

പകുതി ബഹുമാനവും പകുതി വസ്തുതയും. പ്രമാണിമാരായ
നാടാന്മാരുടെ കുടുംബങ്ങളിൽ കളരിപ്പയറ്റ് അഭ്യസിപ്പിച്ചിരുന്നു. ഒപ്പം
നാട്ടുവൈദ്യവും. അഗസ്ത്യമുനി രചിച്ച അത്ഭുത മരുന്നുവിവരങ്ങൾ പരാ
മർശിക്കുന്ന താളിയോലകൾ ഇവരുടെ പക്കൽ ഉണ്ടെന്നാണ് വിശ്വാസം.
കളരി ആശാന്മാരിൽനിന്നത്രെ സകലരും ആശാന്മാരായത്.

"എന്തരുമേണം?"

അയ്യൻ ചോദിക്കും.

"പാള."

"എത്തറ മേണം?"

"മൂന്നും മൂന്നും ആറും ആറും പന്ത്രണ്ട്." ആ ഭാഷ അയ്യനു മന
സ്സിലാകും. ഒരു കാക്കോട്ട കോട്ടാൻ മൂന്നുപാള. ഒരാൾക്ക് കമുകലവിൽ
ഞാത്തി തോളിൽ തൂക്കാൻ രണ്ടെണ്ണം. രണ്ടുപേർക്ക് നാലുകാക്കോട്ട.
നാമൂന്ന് പന്ത്രണ്ട് പാള. പാളകൾ കുതിർത്ത് ഈർക്കിൽ ഉപയോഗിച്ച്
കോർത്തെടുക്കുന്നു. കോർത്തെടുത്ത മൂന്നു പാളകളുടെ രണ്ടറ്റവും

വിരൽനീളത്തിന് ചെത്തി മാറ്റും. ആ ഭാഗം ഞൊറിഞ്ഞെടുക്കും. വഴുത കൊണ്ട് പാളപ്പൂട്ടിട്ടു മുറുക്കും. രണ്ടറ്റവും പാളപ്പൂട്ടിട്ടു മുറുക്കിക്കഴിഞ്ഞാൽ രണ്ടു പിടിയും ചേർത്ത് തള്ളവിരൽ വണ്ണത്തിലുള്ള മരക്കമ്പുവച്ച് ബന്ധി ക്കും. മനോഹരമായ കാക്കോട്ടയായി. കാക്കോട്ടകളിൽ കയർ കെട്ടി ചുമ ലിൽ വച്ച കമുകലവിൽ തൂക്കിയിടും. കമുകലവ് തോളിൽ വച്ച് ഇരുവ ശവും തൂങ്ങിക്കിടന്ന കാക്കോട്ടകളുമായി നാടാന്മാരും അവരുടെ നാടാ ത്തികളും പച്ചക്കറിക്കും വെറ്റിലക്കൊടിക്കും വെള്ളം കോരാൻ പോകു ന്നത് പതിവു കാഴ്ചയാണ്. വാലിൽത്തൂങ്ങി അവരുടെ പിള്ളേരും.

പാളകൾ ശേഖരിച്ചു വയ്ക്കുന്നത് പുലയരാണ്. മഠത്തിലെ കമു കിൻ തോട്ടത്തിൽ അടർന്നുവീഴുന്ന കമുകിൻ പാളകൾ ശേഖരിച്ച് ഉ ണക്കി എറമ്പിൽ തൂക്കിയിടും. ആവശ്യക്കാരെത്തുമ്പോൾ വില്ക്കും.

"രൂഫാമേണം."

അയ്യന് രൂപതന്നെ വേണം. ചില്ലറയാണെങ്കിൽ തൃപ്തിയാവില്ല. കോഴിക്കാരവും ചാമ്പലും ശേഖരിക്കാൻ കാട്ടുമ്പുറത്തെ പുലയക്കുടി കളിൽ ഞാൻ പോകും. കാല്പെരുമാറ്റമറിയുമ്പോൾ വഴിയരികിലെ മണി ക്കടയൻ ഈച്ചകൾ ഹുംകാരത്തോടെ പറന്നുയരും. അക്കാലത്ത് ആർക്കും കക്കൂസ് ഉണ്ടായിരുന്നില്ല. പശു വളർത്തിയിരുന്ന പുലയർ അപൂർവ്വമായിരുന്നു. ആടുകളെയാണവർ ഓമനിച്ചുവളർത്തിയിരുന്നത്. ആടിന്റെ മുശിട് എമ്പാടും തങ്ങിനിന്നു. അവയുടെ കരച്ചിലും കിടാക്ക

ളൂടെ മുക്രയിടലും കേട്ടാണ് ഓരോ വീട്ടിലും എത്തുന്നത്. ആട്ടിൻപുഴു ക്കയും ചാമ്പലും ചാമ്പപ്പുരകളിൽ ശേഖരിച്ചിരിക്കും. ഒരു പാട്ട ചാമ്പ ലിന് അമ്പതുപൈസ. ഇതിനുപുറമെ കോഴിക്കാരം വാരണം. വീടിന്റെ പിന്നാമ്പുറത്തെ മൺചുമരിനോടു ചേർന്ന് ചെളി പയച്ച് ഉണ്ടാക്കിയ കൂടു കൾക്കുള്ളിലാണ് കോഴികൾ.

ഒരു കുട്ടിക്ക് ഇഴഞ്ഞ് കയറാൻ പറ്റുന്ന ഇടമേ കൂട്ടിനകത്തേക്കു ള്ളൂ. മുട്ടിനിഴഞ്ഞ് ഞാൻ കൂട്ടിലേക്ക് കയറും. പഴയതും പുതിയതുമായ കോഴിക്കാട്ടത്തിന്മേൽ മുട്ടുപതിയും. പച്ചക്കാട്ടമുണങ്ങാൻ അതിന്മേൽ ചാമ്പൽ വിതറണം.

യേശയ്യൻ ഉണ്ടെങ്കിൽ കൂടെ വരും. പല വീടുകളിൽനിന്നും ശേഖ രിച്ച ചാമ്പലും കോഴിക്കാരവും കുട്ടിച്ചാക്കുകളിൽ കെട്ടി യേശയ്യന്റെ വീ ട്ടുമുറ്റത്ത് നിരത്തിവയ്ക്കും. ഓരോന്നായി എന്റെ തലയിൽ പിടിച്ചുവ യ്ക്കും. ദാരിദ്ര്യം അക്കാലത്ത് പുലയക്കുടികളിൽ കയറിയിറങ്ങിയിരു ന്നു. ആടും കോഴിയും വളർത്തലും പുല്ലരിയലും കൃഷിപ്പണിയുമായി രുന്നു പുലയരുടെ വരുമാനമാർഗ്ഗം. ശ്രീകാര്യം ചന്തയിൽ പുല്ലു വില്ക്കാനും പ്രത്യേക സ്ഥലം മാറ്റിവച്ചിരുന്നു. തലയിൽ വെള്ളമിറ്റു വീഴുന്ന പുല്ക്കെട്ടുകളുമായി പുലയസ്ത്രീകൾ ചന്തയിലേക്കു പോകു ന്നത് പതിവായിരുന്നു.

കൃഷിപ്പണിയില്ലാത്തപ്പോൾ പട്ടിണിയായിരിക്കും. ധാന്യം ശേഖരി ക്കാൻ പത്തായങ്ങളോ പണപ്പെട്ടിയിൽ കാശോ ഉണ്ടാവില്ല. അവർ അവർക്കായി വിതയ്ക്കുന്നില്ല കൊയ്യുന്നില്ല. രണ്ടും മറ്റുള്ളവർക്കായി. സ്വന്തമായി ഭൂമിയില്ല. ഭൂമിയുടെ ഉടമ മഠത്തിൽ യജമാനൻ.

ശ്രീപത്മനാഭസ്വാമി ക്ഷേത്രത്തിലെ കാര്യക്കാരായ എട്ടരയോഗ ത്തിൽപ്പെട്ട ഒരു യോഗക്കാരനും ശ്രീകാര്യം നിർവ്വഹിക്കുന്നയാളുമാണ് ശ്രീകാര്യത്തു മഠത്തിലെ യജമാനൻ. യജമാനനെ അധികമാരും കാണാ റില്ല. നാരായണൻ എന്ന ഏരിപ്പാണ് സാർവ്വാധികാര്യക്കാർ.

അടകുടി കിടക്കുന്നവർക്ക് ഫലവൃക്ഷങ്ങൾക്കുമേൽ അവകാശമില്ല. ഒരു തേങ്ങയോ മാങ്ങയോ പുലയരാരെങ്കിലും എടുത്തെന്നറിഞ്ഞാൽ പിന്നെ പുകിലായി.

ശ്രീധരൻ എത്തുന്നതോടെയാണ് കാര്യങ്ങൾ മാറിത്തുടങ്ങിയത്.

8

മഠത്തിലെ ഏരിപ്പ്

ആയിരത്തിത്തൊള്ളായിരത്തി നാല്പത്തിരണ്ട്. ബ്രിട്ടീഷുകാർ ഇന്ത്യവിടുക. ക്വിറ്റ് ഇന്ത്യ. ഇന്ത്യയിൽ എവിടെയും ഈ ശബ്ദം മാത്രം. എന്നാൽ ഉത്തരവാദഭരണ സമരത്തിന്റെ ആലസ്യത്തിലാണ്ട സ്റ്റേറ്റ് കോൺഗ്രസ് അഖിലേന്ത്യാ കോൺഗ്രസ് കമ്മിറ്റി നേതൃത്വം നല്കിയ ക്വിറ്റ് ഇന്ത്യ സമരത്തോട് ക്രിയാത്മകമായി പ്രതികരിച്ചില്ല. നാലുകൊല്ല ങ്ങൾക്കു മുമ്പ് പണിമുടക്കുകളും വിദ്യാർത്ഥിപ്രക്ഷോഭവും തിരുവിതാം കൂറിൽ കൊടുമ്പിരിക്കൊണ്ടിരുന്നു. വിദ്യാർത്ഥികളും പൊലീസും നിര ന്തരം ഏറ്റുമുട്ടി. തെരുവീഥികളിൽ ചോര പടർന്നു. മഴയത്ത് മൂട്ടക്കുമിൾ എന്നപോലെ വീഥികളിൽ കല്ലുകൾ മുളച്ചു പൊന്തി. കുതിരക്കുളമ്പടി കളിൽ പൊടിഞ്ഞകല്ലുകൾ ചോരയിൽ കുതിർന്നു. അറസ്റ്റുകൾ. ലോ ക്കപ്പ് മർദ്ദനങ്ങൾ. ജയിൽവാസം. ഒത്തുതീർപ്പു രാഷ്ട്രീയം മാത്രം ശീല മാക്കിയ സ്റ്റേറ്റ് കോൺഗ്രസ് ഇന്ത്യയെയായാകെ ഉണർത്തിയ ചുഴലിക്കൊ ടുങ്കാറ്റിന്റെ ആരവത്തെ ഭയന്നു. വീണ്ടുമൊരു ഏറ്റുമുട്ടലിന് അവർ ത യ്യാറായിരുന്നില്ല. ഏതാനും പ്രമേയങ്ങളിൽ പ്രതിഷേധം ഒതുങ്ങി.

എന്നാൽ കാമ്പസുകളിൽ തീ പടർന്നു. വിദ്യാർത്ഥികൾ പൊലീ സുമായി നിരന്തരം ഏറ്റുമുട്ടുന്ന വാർത്തകൾ റിപ്പോർട്ട് ചെയ്യപ്പെട്ടു. സ്വാത ന്ത്ര്യവാഞ്ഛയിൽ സകലതുംമറന്ന ഒരു യുവാവ് നിത്യവും പതിനൊന്നു മൈൽ നടന്ന് നഗരത്തിലെത്തി. ചില സമരങ്ങളിൽ പങ്കാളിയായി. ചില തിൽ കാഴ്ചക്കാരനും. കുതിരപ്പട്ടാളത്തിനെതിരെ പൊരുതിയ വിദ്യാർത്ഥി കൾ അവന് ആവേശമായി. പത്താം ക്ലാസിൽ പഠിപ്പു നിർത്തിയ ശ്രീധ രന് സമരമായി പഠനം. തിരുവിതാംകൂറിൽ ആദ്യമായി കമ്മ്യൂണിസ്റ്റ്പാർട്ടി യുടെ ഒരു ആഫീസ് തിരുവനന്തപുരത്ത് തുറന്നത് ഇക്കാലത്തായിരു ന്നു. സമരങ്ങളിൽ പങ്കെടുത്ത ശേഷം പാർട്ടിഓഫീസിലെത്തി നിശ്ശബ്ദ

നായി പത്രപാരായണത്തിൽ മുഴുകി.

ചെറിയചെറിയ ചുമതലകൾ ഏറ്റെടുത്ത് ശ്രീധരൻ പാർട്ടിയുടെ ഭാഗ മായി. സ്വന്തം ഗ്രാമത്തിൽനിന്നും പട്ടണത്തിലേക്കും തിരികെയും നട ന്നുപോകുന്ന ശ്രീധരന് നിരവധി ഇടത്താവളങ്ങളും അവിടെയെല്ലാം സുഹൃത്തുക്കളുമുണ്ടായി. ജാതി എല്ലാത്തിനും മീതെ വിരാജിച്ചിരുന്ന ആ കാലത്ത് ജാതിപരിഗണനയില്ലാത്ത ശ്രീധരന്റെ കൂട്ടുകെട്ട് ശ്രദ്ധിക്ക പ്പെട്ടു.

ശ്രീകാര്യത്തു മഠത്തിനുചുറ്റും നടക്കുന്ന കാര്യങ്ങൾ ശ്രീധരൻ അറി ഞ്ഞു; പാർട്ടിയും. കിളിമാനൂരിൽ സ്ഥിരതാമസക്കാരനായ ശ്രീകാര്യത്തു മഠത്തിലെ യജമാനൻ വല്ലപ്പോഴും മാത്രമേ എത്തിയിരുന്നുള്ളു. അധി കം പുറത്തിറങ്ങാത്ത പ്രകൃതം. എല്ലാം മഠത്തിൽ എത്തിക്കാനായി ഏരി പ്പുണ്ട്. നാരായണൻ നായർ. ആറടിയിലേറെ ഉയരം. തടിമാടൻ. നെഞ്ചിലും കാതുകളിലും കാലിലും കൈയിലും വളർന്ന കരടിരോമങ്ങൾ. അധി കാരഗർവ്വും അഹന്തയും ചുവപ്പിച്ച കണ്ണുകൾ. മഠം വക ഭൂമിയിൽ ഏറെ

യും കൈവശം വച്ചിട്ടുള്ളത് പാട്ടക്കാരോ അടകുടിക്കാരോ ആണ്. ഒറ്റി
ക്കാരും കുഴിക്കാണക്കാരും ഏറെയും നായന്മാരും അടകുടിക്കാർ പുല
യരും പാട്ടക്കാർ നാടാന്മാരുമാണ്. ഇരുനൂറ് പറ നെല്ലു വിതയ്ക്കുന്ന പാ
ടവും മുപ്പത്തിമൂന്ന് ഏക്കർ കരഭൂമിയും മഠത്തിന്റെ സ്വന്തം നിയന്ത്രണ
ത്തിൽ.

മതിൽക്കെട്ടിനുള്ളിലായതിനാൽ മഠത്തിന്റെ മേല്ക്കുരമാത്രമേ അധി
കംപേരും കണ്ടിട്ടുള്ളൂ. ഏതാനും കരിമ്പനകളും കൂറ്റൻ ആൽമരവും
പുലിമരവും മഞ്ചാടിയും അത്തിമരവും അതിന്മേൽ പാറാവള്ളിച്ചെടികൾ
പടർന്ന് ഇരുൾ വീഴ്ത്തുന്ന വിശാലമായ മുറ്റവും. പറമ്പും പറമ്പിലെ
പരദേവതകളും ദൃഷ്ടിയിൽപ്പെടാതെ കഴിഞ്ഞു. മഠത്തിന്റെ കൊട്ടിയമ്പലം
കടന്ന് ഉള്ളിലേക്ക് കടക്കാൻ അനുവാദമുള്ളത് ഏരിപ്പിനും കുടുംബ
ത്തിനും മാത്രം. ആശ്രിതരായ ഏതാനും നായർ കുടുംബങ്ങൾ ചുറ്റുവ
ട്ടത്ത് പാർത്തിരുന്നു. അവർക്ക് ഏരിപ്പിന്റെ അനുവാദത്തോടെ ഉള്ളിൽ
കടക്കാമായിരുന്നു. മതിൽക്കെട്ടിന്റെ വടക്കേ കവാടം തുറക്കുന്നത് വിശാ
ലമായ കുളത്തിന്റെ കല്പടവുകളിലേക്കാണ്.

പകൽമാത്രമേ മഠത്തിൽ മനുഷ്യരുണ്ടാകൂ. നേരമിരുളുമ്പോൾ
യക്ഷികളും ഗന്ധർവ്വന്മാരും അറവലകളും ബ്രഹ്മരക്ഷസ്സുകളും മഠ
ത്തിന്റെ കാവല്ക്കാരാകും. മഠത്തിടവഴിയിൽവച്ച് അപ്രത്യക്ഷരായ മനു
ഷ്യരെ പിന്നെയൊരിക്കലും ആളുകൾ കണ്ടിട്ടില്ല. സൂര്യൻ മറഞ്ഞാൽ
മഠത്തിടവഴിയിലൂടെ മനുഷ്യസഞ്ചാരമുണ്ടാവില്ല. അരൂപികളായ ദുരാ
ത്മാക്കൾ കുറുക്കന്മാരിൽ പ്രവേശിക്കുമ്പോൾ അവയ്ക്ക് വെകിലിപിടി
ക്കും. വെകിലി പിടിച്ച കുറുക്കന്മാർ കൂട്ടത്തോടെ മഠത്തിടവഴിയിൽ മേലി
ക്കും. ഓരിയിടലിൽ കാട്ടുമ്പുറത്തെ കുട്ടികൾ ഭയക്കും. ഭയന്നു
ഭയന്നുറങ്ങും.

രാത്രി മനുഷ്യർ വാതിൽ തുറന്നു പുറത്തിറങ്ങാറില്ല. പുലർച്ചെ വവ്വാ
ലുകൾ പുന്നമരത്തിൽ ചിറകടിച്ചുവീഴാൻ തുടങ്ങുമ്പോൾ മനുഷ്യർക്ക്
പുറത്തിറങ്ങാനുള്ള സമയമായെന്നറിയും. പതിവായി പുലർച്ചയ്ക്കു
ണർന്നു കരയുന്ന കാക്കകളും സന്ദേശവാഹകരാണ്. നേരം പരപരാ
വെളുക്കുമ്പോൾ എവിടെ നിന്നോ പൊട്ടിവീണതുപോലെയാണ് ഏരിപ്പ്
എത്തുന്നത്.

മുപ്പത്തിമൂന്ന് ഏക്കർ കരഭൂമിയും ഇരുന്നൂറു പറ കണ്ടങ്ങളും ചുറ്റി
യടിക്കും. കടന്നുകയറ്റക്കാരെ തെരഞ്ഞുപിടിക്കലാണ് ലക്ഷ്യം. മോഷണം
നടക്കുന്നുണ്ടോയെന്നും പരിശോധിക്കും. മഠത്തിക്കുളത്തിലെ നീർച്ചാ
ലിലൂടെ നടന്ന് കാട്ടിൻപുറത്തെ പുലയക്കുടികൾകടന്ന് കുന്നിറങ്ങി
വയൽ വരമ്പിൽ ഏറെനേരം നില്ക്കും. സൂര്യനുദിച്ച് പനമട്ടം ഉയരു
മ്പോൾ മഠത്തിലേക്കുപോകും. ഇതിനിടയിലെ സമയം ചങ്കിടിപ്പിന്റേതാ
ണ്. വയൽവരമ്പിൽ പുല്ലുപറിച്ചിരിക്കുന്ന പൊട്ടി എച്ചമി വല്ലവുമെടുത്തോ
ടും. എരുമകളെ പോറ്റി ജീവിക്കുന്ന തങ്കപ്പൻകുഞ്ച് ഒന്നുമറിയാത്ത
പോലെ കൈത്തോട്ടിലൂടെ നടന്നുപോകും. മുമ്പേ പോകുന്ന എരുമക

ളൂടെ ഏണിൽ കുഷ്ഠരോഗം വന്നു തേഞ്ഞ വിരലുകൾ മുറുക്കി ഇടി ക്കും. വേദനയിൽപുളഞ്ഞ് എരുമകൾ ഓടും. വയലിലേക്കു ചാഞ്ഞ പുലി മരത്തിലെ ചുള്ളിക്കൂട്ടിലെ കാക്കകൾ അബദ്ധത്തിലെങ്ങാനും ചിറകു കൾ അനങ്ങിപ്പോകാതിരിക്കാൻ ജാഗ്രതപ്പെടും.

വയൽവരമ്പത്ത് വെയിലുകായുന്ന നീർക്കോലികൾ വെള്ള ത്തിൽച്ചാടി നെൽച്ചെടികൾക്കിടയിൽ മറയും.

വയലിൽനിന്നും നത്തയ്ക്ക ശേഖരിക്കുന്ന പുലയക്കുട്ടികൾ തോർത്തിൽകെട്ടിയ നത്തക്കയുമായി ഇടവരമ്പിൽ പതുങ്ങും.

"കാലൻ പോയാ പെണ്ണേ."

സദാ മുറുക്കിത്തുപ്പി തിണ്ണയിലിരിക്കുന്ന ജോസപ്പിത്തള്ള പതിഞ്ഞ സ്വരത്തിൽ അന്വേഷിക്കും.

"ഓ.. പോയി."

പെരുമൂച്ച് വിട്ട് ആളുകൾ പുറത്തേക്കിറങ്ങും.

കമുകിൻ ചോട്ടിലെ പഴുത്ത പാക്കും അടർന്നുവീണ തേങ്ങയും വവ്വാലാടിയ പറങ്കിമാങ്ങയും പുന്നക്കായും അന്വേഷിച്ച് ആളുകൾ പര ക്കംപായും.

ചിലപ്പോൾ ഏരിപ്പ് സമയം തെറ്റിക്കും. അപ്പോഴാണ് ഇരകൾ വല യിൽ വീഴുന്നത്. അന്ന് റോസമ്മയുടെ കല്യാണംകഴിഞ്ഞിരുന്നില്ല.ഒരു വല്ലം പുല്ലും ചുമന്നു അവൾ വരികയായിരുന്നു. കഴുകിയെടുത്തപുല്ലിൽ നിന്നും വെള്ളം ഒലിച്ചിറങ്ങി അവളാകെ നനഞ്ഞിരുന്നു. ദൃഢമായ മുല കൾക്കുമേൽ നനഞ്ഞ തോർത്ത് പുതച്ചിരുന്നു. അദ്ധ്വാനക്കിതപ്പിൽ അവ ളുടെ മുലകൾ ഉയർന്നു താണു. ഏരിപ്പിനെ കണ്ട് ഭയന്ന് അവൾ തോട്ടു വരമ്പിൽ ഒതുങ്ങി നിന്നു., വല്ലത്തിനു മുകളിൽ ഉണങ്ങിയ കവളിമടലു കളും കൊതുമ്പും വഴുതകൊണ്ട് കെട്ടി സൂക്ഷിച്ചിരുന്നു. പുല്ലുകൾക്കി യിൽ ഒളിച്ചുവച്ച തേങ്ങ മുഴച്ചു നിന്നു.

"നില്ലെടീ പുണ്ടച്ചീ അവിടെ. എവിടന്നെടീ തേങ്ങ മോട്ടിച്ചത്?"

"തെങ്ങിന്റെ മൂട്ടിക്കൈടെന്നങ്ങത്തേ. മോട്ടിച്ചതല്ല."

"തരുതല പറയുന്നോ പൊലയാടീ. ഇടെടീ അവിട നെന്റെ പുല്ലും പറീം."

അവൾ അറച്ചുനിന്നു.

ഉച്ചവെയിലിൽ അവളുടെ കുറുകിയ നിഴൽ തോട്ടുവരമ്പിൽ വിറച്ചു.

"ഞാമ്പോട്ട് അങ്ങത്തെ. തേങ്ങ വേണോങ്കി നിങ്ങളെടുത്തോളീ."

കലിതുള്ളി നിന്ന ഏരിപ്പ് അവളുടെ തോർത്ത് വലിച്ചെടുത്തു ദൂര ത്തെറിഞ്ഞു.

അപമാനത്താൽ റോസമ്മ പൊള്ളി. ഇരുകൈകളും കൊണ്ട് മാറ് പൊത്തി. നിലതെറ്റി തലയിൽനിന്നും വല്ലവും വിറകും താഴെ വീണു. തോട്ടുവരമ്പിൽനിന്നും അത് വയലിലേക്ക് ഉരുണ്ടുപോയി.

"പോ പൊലയാടീ" എന്ന് ആക്രോശിച്ച് അവളെ വയലിൽ ചവിട്ടി

അള്ളി അയാൾ കടന്നുപോയി.

അന്നുരാത്രി പുലയക്കുടികളിൽ ആരൊക്കെയോ വന്നുപോയി.

പുലർന്നുവരുന്നതേയുള്ളൂ. പതിവുപോലെ ഏരിപ്പ് പ്രത്യക്ഷപ്പെട്ടു. മഠത്തിക്കുളത്തിൽ നിന്ന് ഒഴുകിവരുന്ന നീർച്ചാലിൽ മുഖം കഴുകാനായി കുനിഞ്ഞു. പരൽമീനുകൾ ഭയപ്പെട്ട് തെന്നിയകന്നു. പുറകിലൂടെ വന്ന് ആരോ മുഖം കറുത്ത തുണിയാൽ മറയ്ക്കുന്നത് ഒരു മിന്നൽ പോലെ അയാൾ കണ്ടു. ബലിഷ്ഠമായ കൈകൾ തുണിയിൽപ്പൊതിഞ്ഞ തല പുറകോട്ട് വലിച്ചു. കുന്തിച്ചിരിക്കുകയായിരുന്നതിനാൽ ബലം പ്രയോ ഗിക്കാൻ കഴിഞ്ഞില്ല. മലർത്തിയിട്ടു. മർമ്മ സ്ഥാനത്താണ് ആദ്യത്തെ ചവിട്ട്.ശ്വാസം കിട്ടാതായി. പിന്നെ കമഴ്ത്തിയിട്ട് കൈകൾ പുറകോട്ടു തിരിക്കപ്പെട്ടു. നീർച്ചാലിൽ മുഖം മുങ്ങി. മുതുകിൽ തുരുതുരാ ചവിട്ട്.

ബോധം തെളിയുമ്പോൾ ചുറ്റും ബന്ധുക്കൾ മാത്രം. സംഭവിച്ചതി നെപ്പറ്റി ഓർത്തെടുക്കാൻ കഴിയുന്നില്ല. ആരുടെ ചോദ്യത്തിനും തൃപ്തി കരമായ മറുപടി നല്കാനായില്ല. ഭയം ഉള്ളിൽ കുടുങ്ങി. കുറെ നാൾ തിരുമനസ്സിന്റെ പൊലീസ് കാട്ടുമ്പുറത്തുകയറിയിറങ്ങി.

കുറെപ്പേർക്ക് ഇടികൊണ്ടു. ചില വീടുകൾക്ക് തീയിട്ടു. വെയിലും മഴയും നിലാവും മാറി മാറി വന്നു. കമുകിൽനിന്നും പാളകൾ പലതില കി. ഏരിപ്പ് നിശ്ചിതസമയങ്ങളിൽ മാത്രം പരിശോധനയ്ക്കിറങ്ങി. പലതും കണ്ടില്ലെന്നു നടിച്ചു. കാലം മാറി വരുന്ന കാര്യം അയാൾക്കും ബോദ്ധ്യ പ്പെട്ടു. ശ്രീധരൻ അപ്പോഴും പട്ടണത്തിലേക്ക് നടന്നുപോയിക്കൊണ്ടിരു ന്നു.

9

തീവയ്പ്

എട്ടാം ക്ലാസിൽ ചേർന്നതിന്റെ മൂന്നാം നാൾ. പുതിയ സ്കൂളിൽ ചേർന്നപ്പോൾ കിട്ടിയ പുത്തൻ ചെരുപ്പ്. ജീവിതത്തിലെ ആദ്യ ചെരുപ്പ്. ഗോതമ്പുമണികൾ മുദ്രണം ചെയ്ത സ്ട്രാപ്പുകൾ ഘടിപ്പിച്ച ചെരുപ്പ്. സാൻഡക് എന്നാണ് പേര്. ചെരുപ്പിട്ടു നടക്കാനുള്ള അവസരത്തിനായി കാത്തിരുന്ന ദിവസങ്ങൾ

ഞായറാഴ്ച ചേച്ചിയെ പെണ്ണുകാണാൻ ആളുവരുന്നുണ്ട്. പരാന്തന്റെ കടേപോണം. വാങ്ങാനുള്ള സാധനങ്ങളുടെ കുറിമാനം ഒരി ക്കൽക്കൂടി നോക്കി. കപ്പപ്പഴം ഒരു പടല. ബിസ്കറ്റ് ഒരുകൂട്. മിക്സ്ചർ ഒരുകൂട്. ചായക്കടേന്ന് പത്ത് മുറുക്ക്. പത്ത് നെയ്യപ്പം. മൂന്ന് രൂപയ്ക്ക് മധുര സേവ. മൂന്നുരൂപയ്ക്ക് ഡയമൺ കട്ട്.

വാങ്ങാനുള്ള ഉത്തരവ് ലഭിക്കുമ്പോൾ നേരം ഇരുട്ടിത്തുട ങ്ങിയിരുന്നു.

ഇടവപ്പാതി ആരംഭിച്ച് ഒരാഴ്ച കഴിഞ്ഞിരിക്കുന്നു.

മഴ!

ഇടതടവില്ലാത്ത മഴയിൽ മണ്ണ് കുതിർന്നു. മാനം മൂടിക്കെട്ടിക്കിട ന്നു. ഇരുട്ട് നേരത്തേയെത്തി. നടവഴികളിൽ ഒലിച്ചുപോയ വെള്ളത്തിന്റെ അടയാളങ്ങൾ. ചരിഞ്ഞ പുരയിടങ്ങളിൽ കുംഭത്തടിക്ക് തളിരുവന്നിരു ന്നു. മഴ മരിച്ചീനിയെ ഉല്ലാസവതികളാക്കിയിട്ടുണ്ട്. തെരണകളിൽ മഴ വെള്ളം കെട്ടിക്കിടക്കുന്നു.

ഒലിപ്പിൽപെട്ട ഉണക്കച്ചാണകത്തിന്റെ കഷണങ്ങൾ തെരണകളിൽ തടഞ്ഞു.

പുരയിടമിറങ്ങി വയലിൽ. വരണ്ട് വെടിക്കട്ട കീറിക്കിടന്ന വയലുക ളിൽ വെള്ളം നിറഞ്ഞിരിക്കുന്നു. കൊയ്ത്തുബാക്കികളായ കച്ചിലുകൾ

വെള്ളത്തിലൂടെ തലനീട്ടി. തോട്ടരികിലൂടെ കലക്കവെള്ളം ഒഴുകിപ്പോ യപ്പോൾ വയൽപ്പരപ്പിലെ വെള്ളം തെളിഞ്ഞുകിടന്നു. മഴത്തുള്ളികൾ അങ്ങിങ്ങു വീണു. വയലിൽ ചെറിയ ചെറിയ വൃത്തങ്ങൾ രൂപം കൊണ്ടു.

നടവരമ്പ് ചെത്തിയരിഞ്ഞ് ചെളി തേച്ചിട്ടുണ്ട്. ചെളിയെടുത്തചാലിൽ വെള്ളം കലങ്ങിക്കിടന്നു. ചെരുപ്പൂരി കൈയിൽ പിടിച്ചു. നടവരമ്പിൽ ചെളി യാണ്. വെട്ടുചാലിലെ വെള്ളത്തിൽ ഓളങ്ങൾ സൃഷ്ടിച്ച് കാലുകൾ നീങ്ങി. കുളിരുണ്ട്. വെള്ളത്തിൽ തണുപ്പുണ്ട്. ഒരു നീർക്കോലി ധൃതിയിൽ നീന്തി പ്പോയി. വയലാടുകളുടെ കരച്ചിൽ ഉയർന്നു കേൾക്കാം. ദൂരെ ചീവീടു കൾ നിർത്താതെ കരഞ്ഞു. തവളപ്പതകൾ വെള്ളത്തിൽ പൊന്തിക്കിട ന്നു. നടവരമ്പുകയറി തോട്ടുവരമ്പിലൂടെ നടന്ന് കാട്ടുമ്പുറത്തേക്ക് കയ റി. വഴികളിൽ ആരെയുംകാണുന്നില്ല. വീടുകൾ അടഞ്ഞുകിടക്കുന്നു. ദൂരെനിന്നും കറുത്ത പുക ഉയരുന്നു. ഓലകത്തിക്കരിയുന്നതിന്റെ മണം. പിന്നെ ആളുകൾ ഓടിപ്പോകുന്നതു കണ്ടു. ആർത്തനാദങ്ങൾ ഉരയുന്നു ണ്ട്. ഓലപ്പെരയ്ക്ക് തീ പിടിച്ചിരിക്കുന്നു. ഓടിപ്പോകുന്നവർ എന്തൊ ക്കെയോ വിളിച്ചുകൂവി.

നിക്കറിന്റെ പോക്കറ്റിൽ കൈകൾ തിരുകി പണവും തുണ്ടും ഉണ്ടെ ന്നുറപ്പുവരുത്തി. ചവിട്ടുവഴിയിലൂടെ കാട്ടുമ്പുറത്തിന്റെ ഉയർന്നപ്രദേശ ത്തേക്ക് നടന്നടുത്തു. അവിടെ ചെറിയൊരു തടമുണ്ട്. തടത്തിന് ഇരു

വശവുമാണ് പുലയരുടെ കുടിലുകൾ. മണ്ണ് പയച്ചുണ്ടാക്കിയ അരച്ചുമ
രുകൾക്കുമേൽ ഓലച്ചെറ്റകൾ. അതിനു മുകളിൽ ഓലക്കെട്ട്. മരിച്ചീനി
കമ്പുകൾ കൊണ്ടോ വേലിപ്പത്തൽകൊണ്ടോ തീർത്ത വേലി. വേലി
യ്ക്കകത്ത് കഴുകിക്കമഴ്ത്തിയ മൺകലങ്ങൾ. അശകളിൽ പിഴിഞ്ഞുവി
രിച്ച മുഷിഞ്ഞ തുണികൾ. ഓടിപ്പോകുന്നവരിൽ ചെലർ എന്നെ കണ്ടു.
"എവിടെപ്പോണു പിള്ളേ. നേരമിരുട്ടിത്തൊടങ്ങിയല്ല. വേഗം പോയീം."
രണ്ടു മൂന്നു ചുവടുകൾകൂടി മുന്നോട്ടുവച്ചു. ഇപ്പോൾ കത്തിയമ
രുന്ന വീടുകാണാം. ആളിക്കത്തുന്ന തീയുടെ നാമ്പുകൾ മാനം തൊട്ടു.
പുകപടലങ്ങൾക്കൊപ്പം കത്തിയമർന്ന ഓലയുടെ ചാരം മാനത്തേക്കു
യർന്നു.

കത്തുന്ന വീടിനടുത്തു കൂടെ വേണം കടന്നു പോകാൻ.

ദൂരെ നില്ക്കുമ്പോഴേ ചൂട് അനുഭവപ്പെട്ടു. അടുത്തെത്തിയാൽ
കത്തിക്കരിയും. ഉള്ളു കിടുങ്ങി. രാത്രി കുറേക്കൂടി കനത്തു. മാനത്ത്
നക്ഷത്രങ്ങൾ തെളിഞ്ഞു. തീജ്ജ്വാലകളുടെ തീക്ഷ്ണ വെളിച്ചത്തിൽ
കാഴ്ച കുറേക്കൂടി വ്യക്തമായി. വലിയൊരാൾക്കൂട്ടമുണ്ട്. അവർ പച്ചോ
ലകൾ കൊണ്ട് തീയണക്കാൻ ശ്രമിക്കുന്നു. കലങ്ങളിലും തൊട്ടികളിലും
ശേഖരിച്ച വെള്ളം നീട്ടിയൊഴിക്കുന്നു. വെള്ളവുമായി കിണറ്റിൻകരക
ളിൽനിന്നും ആളുകൾ ഓടിയെത്തുന്നു. ഓടുന്ന പെണ്ണുങ്ങളുടെ ഇടുപ്പ
ത്തിരുന്ന് കുട്ടികൾ ഉച്ചത്തിൽ നിലവിളിച്ചു. പകച്ചു നിന്നു. അല്പം
പോലും മുന്നോട്ടുനീങ്ങാനായില്ല.

ജീവിതത്തിൽ ആദ്യമായാണ് ഒരു വീട് തീ പിടിക്കുന്നത് കാണു
ന്നത്.

പകച്ചു നില്ക്കുന്നതിനിടയിൽ ചുറ്റും നടക്കുന്ന സംസാരങ്ങളിൽ
നിന്നും തീ തനിയെ പിടിച്ചതല്ല ആരോ വച്ചതാണെന്ന കാര്യം മനസ്സി
ലായി.

ചുക്കിച്ചുളിഞ്ഞ ഒരമ്മുമ്മ എന്റെരികിലേക്ക് നടന്നു വന്നു. ചെല്ലമ്മ
യാണെന്നു മനസ്സിലായത് അടുത്തെത്തിയപ്പോൾ മാത്രമാണ്. വയൽ
നടലിന് മുൻനിരയിൽ നില്ക്കുന്ന അമ്മുമ്മ. നടീൽപ്പാട്ടിന്റെ വായ്ത്താ
രികൾ സദാ ഊറിവരുന്ന ഹൃദയം. ഇടയ്ക്കിടയ്ക്ക് മുറുക്കും. വെള്ള
ത്തിൽ നീട്ടിത്തുപ്പും. വയലിൽ ചോരച്ചുവപ്പ് പടരും. നിക്കറിട്ടു നടക്കുന്ന
എന്നെ കാണുമ്പോ പറയും.

"ഈ കൊച്ചിന്റെ കല്യാണത്തിനുവേണം പന്തീലിരുന്ന് ചോറു
തിന്നാൻ."

"ഓടിട്ട കെട്ടിടത്തിലെ കൊച്ചല്ലേ? എവിടെപ്പോണപ്പീ."

"പ്രാന്തന്റെ കടേല്. സാതനം വാങ്ങാൻ..."

"എന്തരിത്തറ രാത്തിരിയായേനക്കൊണ്ട്? ഇത്തിക്കുട നേരത്തേ
പോയ്ക്കുടാർന്നോ?"

ഞാൻ വേഗത്തിൽ നടക്കാൻ തുടങ്ങി.

"ഇപ്പംപൊണ്ട.വരീം വീട്ടിക്കേറി ഇരിക്കീം. പൊറത്ത് കൊഴപ്പം നട

ക്കേണ്. അപ്പി അറിഞ്ഞാ നിങ്ങള കൊച്ചപ്പൻ സഹദേവനാണ് തീയിട്ട തെന്നാണാളുകള് പറേണത്. അപ്പിയ ഇപ്പംകണ്ടാ ചെലപ്പം..."

ചെല്ലമ്മ എന്റെ കൈക്കുപിടിച്ച് അവരുടെ വീട്ടിലേക്ക് കൊണ്ടുപോയി. മുറ്റത്ത് കോഴിക്കൂട്ടിൽ കോഴികൾ കലപില കൂട്ടി. കിളിമരക്കൊമ്പിലിരുന്ന് വളർത്തുപ്രാവുകൾ കുറുകി.

ചാണകംമെഴുകിയ തിണ്ണയിൽ ചവിട്ടി അകത്തുകയറി.

കയറുവരിഞ്ഞ സ്റ്റൂളിൽ ഇരുന്നു.

"ഞാനിപ്പം വരാം. പൊറത്ത് എറങ്ങണ്ട." ഇതും പറഞ്ഞ് ചെല്ലമ്മ ഓടിപ്പോയി. തീയുടെ ശക്തികുറഞ്ഞിരിക്കുന്നു. ആൾക്കൂട്ടത്തിന്റെ ഇരമ്പൽ ശക്തിപ്പെട്ടുവന്നു.

കുറെനേരം കഴിഞ്ഞപ്പോൾ ചെല്ലമ്മ എത്തി.

ഒപ്പം യേശയ്യനുമുണ്ട്.

"ടാ...നീയിക്കൊച്ചിനെ കാട്ടുമ്പുറം കടത്തി പ്രാന്തന്റെ കടയിൽക്കൊണ്ട് വിട്. എന്റ്റ് സാതനം വാങ്ങുമ്പം തോടുവരമ്പത്തുടെ നടന്ന് ഏലാ ചുറ്റി അക്കരെക്കൊണ്ടാക്കിക്കൊടുക്കണം കേട്ടാ... ആരും കാണാതെ കൊണ്ടോണം..."

പേടി എന്റെ ചങ്കിൽ കൂടു കെട്ടി.

കാലുകൾ വിറച്ചു.

പ്രാന്തന്റെ കടയിലേക്ക് കടന്നുപോകുംവഴി യേശയ്യൻ കഥ മുഴുവൻ പറഞ്ഞു.

സഹദേവൻകൊച്ചപ്പൻ പണ്ടുമുതലേ പുലയരുമായിസൗഹൃദത്തിലാണ്. മഠത്തിലെ ഏരിപ്പിന്റെ ഗുണ്ടകൾ പുലയകുടികൾ ആക്രമിച്ചകാലത്ത് കുടികിടപ്പുകാരെ സഹായിക്കാൻ കർഷക സംഘത്തിനൊപ്പം കൂടിയതാണ്. എം എസ് പി യിലേക്ക് റിക്രൂട്ട് ചെയ്തപ്പോൾ പരിശീലനവേളയിൽ എസ് ഐ യെ തല്ലി. ഒളിച്ചോടി നാട്ടിലെത്തി. പിന്നാലെയെത്തിയ പൊലീസ് സംഘത്തിന് പിടികൊടുത്തില്ല. ലാത്തിയും തൊപ്പിയും കിടപ്പുമുറിയുടെ മൂലയ്ക്കിരുന്നു. യൂണിഫോം അയയിൽ തൂങ്ങി. പൊടിപിടിച്ചു. വലകെട്ടി. തിരികെ പോയില്ല. കർഷകരെ സഹായിച്ചതു വഴി പാർട്ടിയുടെ അനുഭാവിയായി. രണ്ടുമൂന്നു കേസുകളിൽപ്പെട്ടു. രാത്രി മദ്യത്തിൽ കുളിച്ചു. ക്രമേണ കൂട്ടുകാർക്കുവേണ്ടി തല്ലി. പിന്നെപ്പിന്നെ കൂലിക്കുതല്ലി. പാർട്ടിയെ തെറി പറഞ്ഞു നടക്കാൻ തുടങ്ങി. പാർട്ടിശത്രുക്കളുടെ കൂട്ടുകാരനായി.

പാളപെറുക്കിവരുന്ന അയ്യനെ തോട്ടുവരമ്പിലിട്ട് തല്ലി. പാളകൾ തോട്ടിലൂടെ ഒഴുകി. ചവിട്ടേറ്റ് ബോധരഹിതനായ അയ്യനെ ഓടിക്കൂടിയവർ ചേർന്ന് താങ്ങിയെടുത്തു. പൊലീസിൽ പരാതിപ്പെട്ടു. സഹദേവനെ പൊലീസ് അറസ്റ്റു ചെയ്ത് ജാമ്യത്തിൽ വിട്ട ദിവസം സന്ധ്യക്ക് കൊച്ചപ്പി എന്നയാളിന്റെ വീടിന് തീപിടിച്ചു.

ആരോ ഓടിപ്പോകുന്നതുകണ്ടു.

സഹദേവൻ കസ്റ്റഡിയിൽനിന്നും പുറത്തിറങ്ങിയ വിവരം ചർച്ചയാ

യി. പതുക്കെ പുലയന്മാരും നാടാന്മാരും തമ്മിലുള്ള അടിപിടിയായി. ജാതിലഹളയായി അതു മാറി.

വീടുകൾ കയറി അടിതുടങ്ങി. നിരപരാധികൾക്ക് പരിക്കേറ്റു. കല വും ചട്ടിയും ഉടഞ്ഞു. തേങ്ങലും നിലവിളികളും ഉയർന്നു. പാർട്ടിപ്ര വർത്തകർ ഓടിയെത്തി ഇടയ്ക്കു നിന്നു.

ഞാൻ തീപിടിച്ച വീടിനടുത്തു നില്ക്കുമ്പോൾ സമീപപ്രദേശങ്ങ ളിൽ സംഘട്ടനങ്ങൾ നടക്കുകയായിരുന്നു.

"അവന്മാര കയ്യിപ്പെടാതെ മാമി നെന്നെ അവരവീട്ടിക്കേറ്റി ഇരു ത്തീല്ലെങ്കി നെനക്കും ചെലപ്പംകിട്ടുമാരുന്ന്.."

ഭയം എന്നെ വിട്ടു മാറിയിരുന്നില്ല.

കാൽമുട്ടുകൾ വിറയ്ക്കുന്നുണ്ട്.

"തീവച്ചത് സഹദേവൻ കൊച്ചപ്പൻ തന്നേ?"

"ആർക്കറിയാം. അങ്ങേരെ പൊലീസ്പിടിച്ചിറ്റ് വിട്ടേ ഒള്ള്. അതി നെടെയ്ക്കെങ്ങനെ ഇവിടെ എത്താൻ. എന്തരെക്കേ കൊഴപ്പം നടന്നീ റ്റൊണ്ട്. ചെലപ്പം എവമ്മാർതന്നെ കൊളുത്തീറ്റൊണ്ട്. വരെവരെ അയ്യാള ശല്യം കോറെകൂടീരിന്ന്. നെന്റെ കൊച്ചപ്പനല്ലേ. പറഞ്ഞ് നേരേ ആക്കാ മ്പറ നെന്റെപ്പന്റോട.."

"മ്... ഇപ്പഴ്ത്തനെ കേക്കും. ഇന്നാള് വീട്ടിവന്ന് അപ്പനെക്കൊറേ തെറി പ്പറഞ്ഞ്. ഞാ കല്ലെടുത്ത് എറിയാന്തോടുങ്ങെരന്ന്. അപ്പൻ തടഞ്ഞ്. ഒന്നാന്തി പങ്കിനായി വരണതാണ്. കീട്ടില്ലെങ്കി തെറി തൊടങ്ങും. കൊച്ചിലേ അപ്പന്റെ ചെല്ലപ്പിള്ളേര്ന്ന്. അതുകൊണ്ട് ഒന്നും തിരിച്ചുപറ യുല്ല."

പ്രാന്തന്റെ കടയിൽ തെരക്കായിരുന്നു. ഞാനവിടെ കാത്തു നില്ക്കു മ്പോൾ യേശയ്യൻ അടുത്ത ചായക്കടയിൽ പോയി കപ്പപ്പഴവും മുറുക്കും ഡയമൻ കട്ടും വാങ്ങിവന്നു. ഒരുമിച്ചു നടക്കുമ്പോൾ ഇടയ്ക്ക് യേശ യ്യൻ എന്റെ കൈപിടിച്ചു.

"നെനക്ക് പേടിയെയ്ണ്ടാ... അവര് നെന്നെ ഒന്നും ചെയ്യുല. നെന്റപ്പ ന്റോട അവിടെ എല്ലാര്ക്കും ഇസ്റ്റമൊണ്ട്. അവര് മാത്തറോല്ലേ മര്യാത ക്ക് കൂലീം കൊടുത്ത് വീട്ടിക്കേറ്റി കഞ്ഞീം കൊടുത്തിറ്റൊള്ള്."

നല്ല ഇരുട്ടായിക്കഴിഞ്ഞു.

ചാറ്റൽ മഴ തുടങ്ങി.

കൈത്തോട്ടിൽ വെള്ളം കുടി.

നീർക്കോലികളും മാനത്തുകണ്ണികളും ഒഴുക്കിനെതിരെ നീന്തുന്നു ണ്ടാകണം.

യേശയ്യൻ എന്നെ വീട്ടിലെത്തിച്ച്, പുകച്ചുരുളുകൾ ഉയരുന്ന കാട്ടു മ്പുറത്തേക്ക് മടങ്ങിപ്പോയി.

10
ഫ്ളാസ്ക് സമരം

"നമ്മള് ഒരുപാട് പെറകോട്ട് നടന്നു. തിരിയെപ്പോവാം. പലരും എത്തും.ഞാനവിടെ ഇല്ലെങ്കി മോശമാകും." യേശയ്യന് പറഞ്ഞു

"ശരി."

ഞങ്ങൾ വേഗത്തിൽ നടന്നു. യേശയ്യനു ഭാരം നഷ്ടപ്പെട്ടിരുന്നതി നാൽ വായുവിൽ ഒഴുകിയാൽ മതി.

"നെനക്ക് സ്പീടു പോര. പണ്ടത്തെപ്പോലെത്തന്നെ ഇപ്പഴും. നെനക്കെന്തരൊ് വെഷമം പോലെ. എന്നെക്കരുതി വേണ്ട."

"ഛേ.. ഒന്നുമില്ല."

യേശയ്യന് എന്റെ കൈകളിൽ പിടിച്ചു.

ആകെ തണുത്തിരിക്കുന്നു.

"ചെലപ്പം ഡി സി എസ് വരും. മോന്റെ കല്യാണത്തിന് വിളിച്ചപ്പഴ് അങ്ങേരിക്ക് വരാൻ പറ്റീല്ല. എപ്പഴും കമ്മറ്റിതന്നല്ല് പാവത്തിന്. ഓടി യെത്തും, ഒരു നോക്ക് കണ്ട് പോവാൻ. അപ്പഴ് ഞാനവിടെ വേണ്ടേ?വേഗം നട."

ഞാൻ വേഗതകൂട്ടി. അല്പം കിതപ്പുണ്ട്.

"ഡി സി എസ് വരുമല്ല്. അല്ലേ."

"പിന്നെ വരാതെ. കൊറെക്കാലം നമ്മുടെ ചുമതലക്കാരനായിരുന്ന തല്ലേ."

"യൂത്ത് ഫെഡറേഷൻ മൊതലേ എന്നെ അറിയാം. വരും. അല്ലെങ്കി വരണെങ്കി വരട്. തെരക്കൊക്കെയൊള്ള ആൾക്കാരല്ലേ."

മരണവീട്ടിൽ ആളുകൾ കൂടിക്കൂടി വന്നു.

ഇപ്പോൾ മറ്റൊരു പാട്ടാണ് പാടുന്നത്.

"കർത്തൻ വരും ആകാശത്തിൽ
ദൈവദൂതന്മാർ
കാഹളം ഊതും നേരത്തിൽ
ധാത്രി തന്നിൽ യേശുവിങ്കൽ
മരിച്ചോരെല്ലാം
ധരിക്കും ജീവൻ, പിൻമേഘത്തിൽ
ആശയായ് ചൊല്ലും നാമും
അനുരൂപപ്പെട്ടുകൂടെ
യേശുവിനോടൊന്നിച്ചു ശാശ്വതമായ്‌വാഴും...."

മരണത്തിന്റെ നിശ്ശബ്ദതയെ മുറിച്ചുമാറ്റി അടക്കിപ്പിടിച്ച സംസാര
ങ്ങൾ ഉയർന്നു.

മരണപ്പാട്ടിന്റെ അവരോഹണങ്ങളിൽ മിശ്രശബ്ദങ്ങൾ അപശ്രുതി

യായി.

വരുന്നവർ തെല്ലുനേരം ശരീരത്തിനരുകിൽ നിന്ന് മൂകമായി വന്ദിച്ച് പുറത്തേക്കിറങ്ങി.

മരണവീട്ടിലെ സൗഹൃദ വീണ്ടെടുപ്പുകൾ.

കുശലംപറഞ്ഞും തർക്കിച്ചും ചെറു ചെറുസംഘങ്ങൾ നിലകൊണ്ടു.

എല്ലാവർക്കും കട്ടൻ ചായ കൊടുത്തോയെന്ന് യേശയ്യൻ ഉൽക്ക ണ്ഠപ്പെട്ടു. ശവക്കിടക്ക കഠിനം തന്നെ. തോന്നുന്നതൊന്നും ചെയ്യാനാ വില്ല. ജെ പിയുടെ പഴയ വിജയ് സൂപ്പർ സ്കൂട്ടറിന്റെ ശബ്ദം കേട്ടു. ഏതു ശബ്ദകോലാഹലത്തിനിടയിലും ആ ശബ്ദം വേറിട്ടു നില്ക്കും.

ഏറെനാൾ ഞങ്ങളുടെ സംഘടനയുടെ ശബ്ദമായിരുന്നു ജെ പി.

പത്തിൽ തോറ്റ് പഠിത്തം നിർത്തിയ യേശയ്യന് കോടതിയിൽ പ്യൂണായി ജോലികിട്ടി. മലപ്പുറത്ത്. എഴുപത്തിമൂന്നിലെ അമ്പത്തിനാലു ദിവസം നീണ്ട പണിമുടക്കിൽ പങ്കെടുത്തു.

സമരപാഠങ്ങൾ അയാളെ പുതുക്കിപ്പണിതിരുന്നു.

തീരുമാനങ്ങൾ നടപ്പിലാക്കുന്നതിൽ മെയ്ക്കരുത്ത് വേണ്ടിടത്ത് അത് പ്രയോഗിക്കാൻ യേശയ്യൻ മുന്നിട്ടു നിന്നു.

സമരം കഴിഞ്ഞിട്ടും രണ്ടു നാൾ അയാൾ ജോലിക്കുകയറിയില്ല. അതിവേഗ ഓട്ടക്കാരൻ ലക്ഷ്യസ്ഥാനം കഴിഞ്ഞും കുറേദൂരം കൂടി ഓടും.

സമരത്തിന്റെ അലയൊലികൾ അടങ്ങി. യേശയ്യന്റെ അന്തർജില്ലാ സ്ഥലം മാറ്റ അപേക്ഷ അംഗീകരിക്കപ്പെട്ടു. ഹെഡ്ക്വാർട്ടേഴ്സ് വെക്കൻസിയിൽ സെക്രട്ടേറിയറ്റിൽ നിയമനംകിട്ടി.

സെക്രട്ടേറിയറ്റ് വേറിട്ടൊരു ലോകമാണ്. വിശാലമായ കാമ്പസ്, ചുറ്റു മുള്ള പൂന്തോട്ടം; സസ്യജാലങ്ങൾ ജാലവേലകാട്ടുന്ന പരിസരം. ത ണൽവിരിക്കുന്ന വിവിധതരം ആൽമരങ്ങൾ. നിത്യഹരിതകളായ ഇല ഞ്ഞികൾ. ചുറ്റും ടാർ ചെയ്ത വൃത്തിയാക്കിയ പാതകൾ. നിരനിരയായി പാർക്ക്ചെയ്ത അമ്പാസിഡർകാറുകൾ. രണ്ട് കാന്റീനുകൾ. അസംഖ്യം ഇടനാഴികൾ. ഹാളുകൾ. ഫയൽ കൂമ്പാരങ്ങൾ. ശബ്ദിക്കുന്ന പഴയ ഫാനുകൾ. ടൈപ്പ് റൈറ്റിങ് യന്ത്രത്തിന്റെ താളാത്മകമായ ശബ്ദം. തിക്കി ത്തിരക്കി വേഗത്തിൽ പോകുന്നവർ. ഫയലുകളിൽ തലപുഴ്ത്തിയിരി ക്കുന്നവർ. ഓഫീസർമാരുടെ കാബിനുകൾ.

വലിയൊരു ലോകത്താണ് യേശയ്യനിപ്പോൾ. ബ്യൂറോക്രസിയുടെ വലിയ ലോകത്തിൽ.

എഴുപത്തിമൂന്നിലെ സമരത്തിൽ പങ്കെടുക്കാൻ വിസമ്മതിച്ച സംഘ ടനയെവിട്ട് പുറത്തുവന്നവർ സെക്രട്ടറിയറ്റിൽ ഒരു പുതിയൊരു സംഘ ടനക്ക് രൂപം കൊടുത്തിരുന്നു. ആ സംഘടനയിൽ ചേരാൻ യേശയ്യന് ആലോചിക്കേണ്ടി വന്നില്ല.

രാജവാഴ്ച എന്നോ പടിയിറങ്ങി. ജനാധിപത്യത്തിൽ മുന്നണിഭരണം

മാറി മാറി വന്നു. സെക്രട്ടേറിയറ്റ് മാറിയില്ല. അധികാരഗർവ്വും യജമാന ഭാവവും വിട്ടുപോയില്ല.

ഐക്യകേരളത്തിലെ ആദ്യ ഗവൺമെന്റ് സർക്കാർജീവനക്കാരെ മേലാധികാരികളുടെ വീട്ടുജോലിക്ക് നിയോഗിക്കുന്നത് അറുതി വരുത്തി യിരുന്നു.

ഉദ്യോഗസ്ഥപ്രമാണിമാരുടെ കീഴിലെ ദാസ്യവേല നിയമം മൂലം തടയപ്പെട്ടു.

പുതിയ സാഹചര്യങ്ങളോട് ഇണങ്ങിച്ചേരാത്ത ഐ എ എസ് ഉദ്യോ ഗസ്ഥർ നിരവധി ഉണ്ടായിരുന്നു. വിശാലമായ മുറികളിൽ അവർ ഒറ്റ യ്ക്കിരുന്നു. ബെൽ അമർത്തുമ്പോൾ ഓടിയെത്തേണ്ട സപ്പോർട്ടിങ് സ്റ്റാഫ് അടുത്ത മുറിയിൽ. അതിനും പുറത്തായിരുന്നു പ്യൂണിന്റെ ഇരി പ്പിടം. ഒരു സ്റ്റൂളിൽ സദാ ജാഗ്രതയോടെ ഇരിക്കണം. സെക്രട്ടറി ഓഫീ സിലേക്ക് കയറുമ്പോൾ തലയിലെ വെള്ളത്തൊപ്പി ഊരി വണങ്ങണം. സ്ഫടികപ്പാത്രങ്ങളിൽ വെള്ളം നിറയ്ക്കണം. കപ്പുകളും കണ്ണാടിപ്പാ ത്രങ്ങളും കഴുകിത്തുടച്ചുവയ്ക്കണം. വിളിക്ക് കാതോർത്ത് പുറത്ത് ജാഗ്ര തപ്പെടണം.

സന്ദർശകർ എത്തുമ്പോൾ തുണ്ടു കടലാസിൽ പേരും വിലാസവു മെഴുതി അകത്തു നൽകണം. അനുവാദം കിട്ടിയാൽ മാത്രം അകത്തേ ക്കുകടത്തിവിടണം.

യേശശയ്യൻ നിയമിക്കപ്പെട്ടത് വ്യവസായ വകുപ്പു സെക്രട്ടറിയുടെ ഓഫീസിൽ. ശേഷാദ്രി അയ്യങ്കാർ എന്ന തമിഴ് ബ്രാഹ്മണനായിരുന്നു സെക്രട്ടറി. മുറിക്കൈയൻ വെള്ളഷർട്ടും വണ്ണം കൂടിയ ട്രൗസറുമാണ് വേഷം. ചിരി അദ്ദേഹം മറന്നുപോയിരുന്നു. ചന്ദനക്കുറിയിട്ട നെറ്റിക്കു താഴെ വട്ടക്കണ്ണട. അറ്റം മുറിച്ചുമാറ്റിയ മീശ. ഉന്തിയ പല്ലുകൾ മറയ്ക്കാ നായി കൂട്ടിപ്പിടിച്ച ചുണ്ടുകൾ.

സെക്രട്ടേറിയറ്റിലെ ഉദ്യോഗസ്ഥർക്കു പുറമെ വ്യവസായ വകുപ്പിലെ ഉദ്യോഗസ്ഥർ, ട്രേഡ് യൂണിയൻ നേതാക്കൾ, ജനപ്രതിനിധികൾ, പിരി ച്ചുവിടപ്പെട്ട തൊഴിലാളികൾ, അനുരഞ്ജന ചർച്ചകൾക്കായി എത്തുന്ന വർ. സന്ദർശക നിര അങ്ങനെ നീണ്ടുപോകും. ഇടവേളകൾ കൃത്യമായി ഉപയോഗിക്കാനാവില്ല. ഒരു മണിക്ക് ഉച്ചഭക്ഷണത്തിനായുള്ള ഇടവേള യാണ്. അപ്പോഴായിരിക്കും അയ്യങ്കാർക്ക് തെരക്കേറുന്നത്.

സെക്രട്ടറി ഊണുകഴിക്കാൻ പോയിക്കഴിയുമ്പോൾ കാന്റീനിലേക്ക് ഒറ്റ ഓട്ടമാണ്. ചിലപ്പോൾ അവിടെ ഊണു കഴിഞ്ഞിരിക്കും.

മരത്തണലിലും വിശാലമായ പാർക്കിങ് ഏര്യയിലും ഊണു കഴി ഞ്ഞവർ വെടിവട്ടത്തിനു കൂടും. ഓഫീസറന്മാരുടെ മഹിമ, പരസ്ത്രീബ ന്ധങ്ങൾ, അവിഹിതങ്ങൾ, സമകാലിക രാഷ്ട്രീയം, ക്ഷാമബത്ത, ഇട ക്കാലാശ്വാസം, പുസ്തകം, സിനിമ തുടങ്ങി എല്ലാവിഷയങ്ങളും അവിടെ ചർച്ച ചെയ്യപ്പെടും.

തസ്തികതിരിഞ്ഞുള്ള കൂട്ടങ്ങളാണ് ഏറെയും. പുതിയ സംഘടന

യിലെ ആളുകൾ മാത്രം കൂടുന്ന ഒരു മൂലയുണ്ട്. പഴയ റെക്കോർഡ് റൂമിനോട് ചേർന്ന്. അവിടെ തസ്തികയ്ക്കതീതമായ കൂട്ടമാണ്. രാഷ്ട്രീ യമാണ് മുഖ്യചർച്ചാവിഷയം. സംഘടനാകാര്യങ്ങളും ഉയർന്നുവരും. ഓഫീസർമാർക്ക് ചായ വാങ്ങിക്കൊടുക്കുക, അവരുടെ വീട്ടുകാര്യങ്ങൾ നിർവ്വഹിക്കുക തുടങ്ങിയ കാര്യങ്ങൾ പ്യൂൺമാരെക്കൊണ്ടു ചെയ്യിക്കു ന്നതിനെ എതിർക്കുമെന്ന് സംഘടന തീരുമാനമെടുത്തീരുന്നു. യേശ യ്യൻ എത്തുന്നതിനും വളരെ മുമ്പേ. ഇക്കാര്യം യേശയ്യനും അറിഞ്ഞിരു ന്നു.

പലവട്ടം ഫ്ളാസ്ക്കുമായി ചായക്കുപോയിട്ടുണ്ട്.

മറച്ചുപിടിച്ച് വേണം കൊണ്ടുപോകാൻ. മറ്റുള്ളവർ പരിഹസിക്കു മ്പോലെ തോന്നും.

സംഘടനാ നേതാക്കളോട് ചോദിച്ചു:

"സെക്രട്ടറി ചായ വാങ്ങിക്കാൻ പറഞ്ഞാൽ ഞാനെന്തരു ചെയ്യണം സഖാവേ."

"എന്റെ ജോലിയല്ല എന്നു ഉറപ്പിച്ചുപറയണം."

"കൊഴപ്പമുണ്ടാവൂല്ലേ."

"ഒണ്ടാവട്ട് നമുക്ക് നോക്കാം."

സന്ദർശകർ ഇല്ലാത്ത ദിവസങ്ങൾ ഉണ്ടാകും.അപ്പോൾ സ്റ്റൂളിൽ ഇരു ന്ന് ഇടനാഴിയിലൂടെ പുറത്തേക്ക് നോക്കും. അകലെ മൂക്കുന്നിമല തെളി ഞ്ഞുകാണാം. സഹ്യപർവ്വതത്തിന്റെ നിഴൽരൂപം കിഴക്കൻചക്രവാള ത്തിൽ ദൃശ്യമാകും. ഇടവപ്പാതിക്ക് ശംഖുമുഖത്ത് കടലിരമ്പുന്നത് കേൾക്കാം. പടിഞ്ഞാറൻ കാറ്റ് വിരുന്നുകാരനെപ്പോലെ കടന്നുവരും. ചില പ്പോൾ കുറെ നേരം നല്ല കാറ്റായിരിക്കും. ഒന്നും ചെയ്യാനില്ലാത്തപ്പോൾ ആലോചനയുടെ വാതിലുകൾ അടയും. കണ്ണിലേക്ക് പതുക്കെ പതുക്കെ ഉറക്കം കടന്നുകയറും. ഉറക്കത്തോടൊപ്പം അവ്യക്തമായ സ്വപ്നചിത്ര ങ്ങൾ സിനിമയിലെന്നപോലെ വന്നുപോകും.

അത്തരം ഒരു സ്വപ്നത്തിനിടയിലാണ് ബെല്ല് മുഴങ്ങിയത്.

ആദ്യം അതും സ്വപ്നത്തിന്റെ ഭാഗമാണെന്നു കുരുതി.

ഞെട്ടിയുണർന്നു.

ഒരു ബെല്ലുകൂടി മുഴങ്ങുന്നതിനുമുൻപ് ഡോർ തുറന്ന് സെക്രട്ടറി യുടെ മുന്നിൽ എത്തി.

കൈകൾ തലയ്ക്കുപിന്നിൽ പിണച്ച് കോട്ടുവായിട്ട്, പിറകോട്ട് ചരിഞ്ഞ്, ശേഷാദ്രി അയ്യങ്കാർ ഇരിക്കുന്നു. മുറിക്കൈയൻ ഷർട്ടിലൂടെ മുഷിഞ്ഞ ബനിയൻ കാണാം. കക്ഷത്തെ നരച്ച രോമങ്ങളും.

യേശയ്യൻ കണ്ണു തിരിച്ചു.

ചുമരിൽ അംബേദ്ക്കറുടെയും മഹാത്മാഗാന്ധിയുടെയും നെഹ്റു വിന്റെയും ചിത്രങ്ങൾ.

തിരിഞ്ഞു നടക്കുന്ന ഗാന്ധി.

"ചായ തീർന്നു. താൻ ഫ്ളാസ്ക് എടുത്തുപോയി ചായ കൊണ്ടാ.

ശീഘ്രം വേണം."

യേശയ്യന്റെ ഹൃദയം വേഗത്തിൽ മിടിച്ചു.

ആ നിമിഷം എത്തിയിരിക്കുന്നു.

ഫ്ളാസ്കിലേക്ക് കൈകൾ നീണ്ടു ചെന്നില്ല.

"അതു സാർ..."

"എന്ന?"

"ചായ വാങ്ങാൻ പാടില്ലെന്നാണ് തീരുമാനം."

"യാരുടെ?'

"ഞങ്ങളുടെ സംഘടനയുടെ."

"അപ്പിടിയാ..."

ശേഷാദ്രി അയ്യങ്കാരുടെ കണ്ണുകൾ ചുവന്നു. മൂക്കുവിറച്ചു.

"പ്യൂണിന്റെ പണി പിന്നെ എന്ന?"

"സർക്കാർ ജീവനക്കാർ മേലുദ്യോഗസ്ഥർക്ക് ഊഴിയപ്പണി ചെയ്യണ്ട എന്ന് ഉത്തരവുണ്ട്."

"ഇതു ഊഴിയപ്പണിയാ...നിന്നുടയ ഡ്യൂട്ടി... ചെയ്യാൻ വയ്യെങ്കിപ്പ റ...ഞാൻ ബാക്കി ചെയ്യാം..."

അയ്യങ്കാർ ഇരിപ്പിടം വിട്ട് എണീറ്റു.

ഇത് ആദ്യ അനുഭവമാണ്. ഇത്രയും കാലത്തെ സേവനത്തിനിട യിൽ ആദ്യം.

ഒരു പ്യൂൺ, കൃമി, ഇത്ര ധിക്കാരത്തോടെ മുഖത്തു നോക്കി ചായ വാങ്ങാൻ വയ്യ എന്നുപറയുന്നു.

സംഘടനകൾ ശക്തിപ്പെടുന്നു. അനുസരണക്കേടു കൂടുന്നു. ഇതു വച്ചു പൊറുപ്പിക്കാനാവില്ല.

"ഡായ് റാസ്കൽ. പിടീടാ..."

അയ്യങ്കാർ ഫ്ളാസ്ക് കൈയിലെടുത്തു. യേശയ്യന്റെ കൈ കടന്നു പിടിച്ചു. നിർബ്ബന്ധപൂർവ്വം ഫ്ളാസ്ക് കൈകളിൽ തിരുകി.

ഫ്ളാസ്ക് ഊക്കിനു താഴെവീണു പൊട്ടി. യേശയ്യനു അപ്പോഴും പിൽക്കാലത്തും എന്താണു സംഭവിച്ചതെന്ന് വിവേചിച്ചറിയാനായില്ല. അബദ്ധത്തിൽ താഴെ വീണോ? താൻ തന്നെ വലിച്ചെറിഞ്ഞോ? അതോ അയ്യങ്കാർ തന്നെ അതു ചെയ്തോ. കണ്ണിൽ കുറെനേരം ഇരുട്ടായിരു ന്നു.

"പോടാ... പൊറത്തുപോടാ... നാൻ പാക്കിറേൻ...തീർത്തുതരാം. നെന്റെ തിമിര്..."

തനിക്കു പിറകിൽ വാതിൽ ഒച്ചയോടെ അടഞ്ഞത്, അതിന്റെ മാറ്റൊ ലി, പുറത്തിറങ്ങിയപ്പോൾ അനുഭവപ്പെട്ട നിശ്ശബ്ദത, തെല്ലുനേരം കഴിഞ്ഞ് തെരുവിലൂടെ ഏതോ കൂറ്റൻ പ്രകടനം ഉച്ചത്തിൽ മുദ്രാവാക്യം മുഴക്കി കടന്നുപോയത്, ഒന്നും യേശയ്യൻ മറന്നിട്ടില്ല.

11

ഇടനാഴിയിലെ പോര്

യേശയ്യന്റെ വീടിനു സമീപത്തെ റോഡിൽ മരണമറിഞ്ഞെത്തി യവരുടെ ബൈക്കുകൾ ഒതുക്കി വച്ചിരിക്കുന്നു. എത്രതരം ബൈക്കു കൾ! ജെ പി തന്റെ വിജയ് സൂപ്പർ അല്പം മുന്നോട്ടു നീക്കി നിർത്തി. വിശ്വനാഥൻ ഇറങ്ങി. സ്കൂട്ടറിന്റെ കാതടപ്പിക്കുന്ന ശബ്ദം കേട്ട് ആളുക ളുടെ ശ്രദ്ധ തന്റെ നേരെ തിരിയുന്നതായി ജെ പി അറിഞ്ഞു. സ്കൂട്ടർ ഓഫാക്കി. ഉരുട്ടി നീക്കി. പുതിയ ബൈക്കുകൾക്കിടയിലെ അല്പമിട ത്തിൽ തിരുകിക്കയറ്റി.

ജെ പിയും വിശ്വനാഥനും ഇപ്പോൾ നേതാക്കളല്ല. വിരമിച്ചിരിക്കു ന്നു. എങ്കിലും അവരുടെയടുത്ത് താൻ വിനീതനായിപ്പോകുന്നു. ഒരിക്കൽ അനുസരിക്കാൻ തുടങ്ങിയാൽ പിന്നെയതു മാറ്റാനാവില്ല.

ജെ പിയും വിശ്വനാഥനും വന്നു നില്ക്കുന്നതായി യേശയ്യൻ കണ്ടു. എഴുന്നേറ്റു ചെന്ന് അവരെ സ്വീകരിച്ചിരുത്താൻ കഴിയാത്തതിൽ അയാൾ അസ്വസ്ഥനായി. യേശയ്യന്റെ കണ്ണുകളിൽ വന്ന പ്രത്യേക തിളക്കം ഞാന റിഞ്ഞു. പല തൊഴിൽ മേഖലകൾ പിന്നിട്ട് ഞാൻ സെക്രട്ടേറിയറ്റിൽ എത്തുമ്പോൾ യേശയ്യൻ അവിടെ പതിനഞ്ച് കൊല്ലം പിന്നിട്ടിരുന്നു. എനിക്ക് സെക്രട്ടേറിയറ്റിലേക്ക് നിയമന ഉത്തരവു കിട്ടിയ കാര്യം അറി യിച്ചപ്പോൾ യേശയ്യൻ പറഞ്ഞു.

"നീ വാ.. നമുക്ക് അവിടെ ചെലതൊക്കെ ചെയ്യാനുണ്ട്."

എന്റെ നിയമന ഉത്തരവും സർട്ടിഫിക്കറ്റുകളും കൈയിൽ വാങ്ങി അഡ്മിനിസ്ട്രേഷൻ വകുപ്പിൽ അഡീഷണൽ സെക്രട്ടറിയായ പ്രകാ ശിനടുത്തേക്ക് കൂട്ടിക്കൊണ്ടുപോയി.

"നാട്ടിലെ പയ്യനാ.. നമുക്ക് ഉപയോഗപ്പെടുത്താം... പണിയൊള്ള സീറ്റുകൊടുക്കണം. ചെയ്ത് കേറട്ട്."

പ്രകാശ് ചിരിച്ചു.

പ്രകാശ് സംഘടനയുടെ ആദ്യകാല നേതാവാണ്.

"പണി പഠിക്കണം. സംഘടനാപ്രവർത്തനവും വേണം."

അമ്പരപ്പോടെ ഇടനാഴികളിലൂടെ നടന്നു. മുന്നിൽ യേശയ്യനുണ്ട്. പലർക്കും പരിചയപ്പെടുത്തി. പല പല ഹാളുകൾ. "ഇത് പൊതു ഭരണ വകുപ്പ്. ഇത് ഹൗസ്കീപ്പിങ് സെൽ. ഇത് പൊതുഭരണ അക്കൗണ്ട്സ് വകുപ്പ്." യേശയ്യൻ പരിചയപ്പെടുത്തിയ ഹാളുകൾ അപ്പോൾത്തന്നെ മറന്നു. ഓരോ കാഴ്ചയും മറ്റൊന്നിന്റെ ആവർത്തനം. ഓരോ ആളിനും മറ്റേ ആളിന്റെ മുഖം. ഓരോ ഫയൽകെട്ടും മറ്റൊരു ഫയൽകെട്ടുമാതി രി. എല്ലാ ചുവരുകളും തൂണുകളും ഒരുപോലെ വെള്ള. എല്ലാ സാമ്യ

ങ്ങൾക്കിടയിൽ നിന്നും എനിക്ക് വൈജാത്യങ്ങൾ കണ്ടത്തേണ്ടിയിരിക്കു
ന്നു. മനസ്സു പറഞ്ഞു. ഫാനുകളുടെയും ടൈപ്പുറൈറ്ററുകളുടെയും ശബ്ദ
ത്താൽ മുഖരിതമായ അന്തരീക്ഷം. ഫയൽക്കൂമ്പാരങ്ങൾ, അടക്കിപ്പിടിച്ച
സംസാരങ്ങൾ. ഉച്ചത്തിലുള്ള ചിരി. ഫയലുകൾ തിങ്ങി നിറഞ്ഞ ചെറി
യൊരു മുറി. "വിജിലൻസ് വകുപ്പ്" യേശയ്യൻ പറഞ്ഞു. ഫയൽ കൂമ്പാ
രങ്ങൾക്കിടയിൽ ഏഴെട്ടുമനുഷ്യർ. രണ്ടു സെക്ഷനുകൾ. രണ്ടു സെക്ഷൻ
ഓഫീസറന്മാർ. അവർക്കു കീഴിൽ മുമ്മൂന്ന് അസിസ്റ്റന്റുമാർ വീതം. ആളി
ല്ലാതെ ഒഴിഞ്ഞു കിടന്ന സീറ്റിൽ ഇരിക്കാൻ സെക്ഷൻ ഓഫീസർ പറ
ഞ്ഞു. "വാസുദേവൻ നമ്പൂതിരി നമ്മുടെ ആളാ."

യേശയ്യൻ മെല്ലെ ചെവിയിൽ പറഞ്ഞു.

"സുപ്രണ്ടെ നമ്മുടെ പയ്യനാണ്. പണി പഠിപ്പിച്ചെടുക്കണം."

വേറൊരു സർക്കാർ ഓഫീസിൽ എട്ടുകൊല്ലം പണിയെടുത്തിട്ടുള്ള
തിനാൽ അപരിചിതത്വം തോന്നിയില്ല.

പേഴ്സണൽ രജിസ്റ്റർ,

ഇൻവേഡ്,

കറണ്ട് ഫയൽ,

നോട്ട് ഫയൽ,

കൺസോളിഡേറ്റഡ് നോട്ട്.

എം ടിയുടെ നോവലിൽ വായിച്ചത് ഓർമ്മയുണ്ട്. മരം മനസ്സിലേക്ക്
വളരും.

സംഘടനാപ്രവർത്തനത്തിന്റെ ബാലപാഠം പഠിപ്പിച്ച വേളയിൽ ഒരു
മുതിർന്ന നേതാവ് ഇങ്ങനെ പറഞ്ഞിരുന്നു:

"അധികമിരുന്നാൽ ആസനത്തിൽ വേരു മുളയ്ക്കും. ഇടയ്ക്കൊക്കെ
എഴുന്നേറ്റ് നടക്കണം."

രണ്ട് ആപ്തവാക്യങ്ങൾ.

സംസാരങ്ങൾ, പരിചയപ്പെടലുകൾ. സൗഹൃദ പ്രകടനങ്ങൾ. ചർച്ച
കൾ, വാഗ്വാദങ്ങൾ. ഒരാഴ്ചക്കുള്ളിൽ അവരിലൊരാളായി. മേശയോട്
നെഞ്ചു തൊടാതെ സൂക്ഷിച്ചു. പകരം മേശയിൽനിന്നും വലിയൊരു
പേപ്പർ ബോഡ് വയറിലേക്ക് ചേർത്തുവച്ചു. എഴുത്തു മുഴുവൻ അതിൽ
വച്ച്.

കസേരയിൽ ഏറെയിരുന്നില്ല.

നോട്ടീസ് യുദ്ധങ്ങൾ.

മേധാവിത്വമുള്ള സംഘടന. മേധാവിത്വത്തിനായി ശ്രമിക്കുന്ന സംഘ
ടന. വലത് ഇടത് സമവാക്യങ്ങൾ.

ദിവസങ്ങൾ കഴിയുകയായിരുന്നു.

ഓരോ സെക്ഷനിലും കയറിയിറങ്ങി നോട്ടീസ് കൊടുക്കും. വിഷ
യത്തിന്റെ പ്രാധാന്യമനുസരിച്ചാവും സ്ക്വാഡിലെ ആളുകളുടെ എണ്ണം.
പലപ്പോഴും എതിരാളികളുമായി കൊമ്പു കോർക്കേണ്ടിവരും. രൂക്ഷമായ
തർക്കവിതർക്കങ്ങൾ. പക്ഷേ, എല്ലാം കാന്റീനിൽ വച്ചുതീരും.

വന്നിട്ട് നാലഞ്ചു മാസം കഴിഞ്ഞിരുന്നു.

സമ്മേളനകാലം.

ഫണ്ടുപിരിവുകഴിഞ്ഞ് പണം എണ്ണിതിട്ടപ്പെടുത്തുകയാണ്. ആളു കൾ വേഗത്തിൽ നടന്നുപോകുന്നു. ചിലർ ഓടുന്നുണ്ട്. എന്തോ പന്തി കേട് തോന്നി.

ഡർബാർ ഹാളിനോടു ചേർന്നാണ് വിജിലൻസ് വകുപ്പ്. ഡർബാർ ഹാളിനു പിന്നിലൂടെ കടന്നുപോകുന്ന ഇടനാഴിയിൽനിന്നും മുകളിലോട്ട് ഒരു പിരിയൻ ഗോവണിയുണ്ട്. പിരിയൻ ഗോവണിയിലെ കാൽപ്പെരുമാ റ്റങ്ങൾ വർദ്ധിച്ചു. സംഘടനാ പ്രവർത്തകനെന്ന് ഇതിനകം തിരിച്ചറിയ പ്പെട്ടു കഴിഞ്ഞതിനാലാകാം ഓടിപ്പോകുന്ന ഒരാൾ വിളിച്ചു പറഞ്ഞു.

"പണം പിരിച്ചിവിടെ നിന്നോ. നിന്റെ സഖാക്കളെ ധനകാര്യവകു പ്പിലിട്ട് കൈകാര്യംചെയ്യുന്നു."

"കാര്യം?"

"ആ.... വേഗം ചെന്ന് നോക്ക്."

അയാൾ വേഗത്തിൽ കടന്നുപോയി.

പിരിയൻ ഗോവണി കയറി സെക്രട്ടറിമാരുടെ കാബിനുകൾക്കു മുന്നി ലുള്ള ഇടനാഴിയിലൂടെ പാഞ്ഞു. ഇടനാഴിയിൽ വലിയ ആൾക്കൂട്ടം കാ ണപ്പെട്ടു.

രണ്ടായി ചേരിതിരിഞ്ഞു നില്ക്കുന്ന സഹപ്രവർത്തകർ. ഒരു കൂട്ടർ ധനകാര്യവകുപ്പിന്റെ വിശാലമായ മെയിൻഹാളിൽ. മറ്റേക്കൂട്ടർ ഇടനാ ഴിയിൽ. ആകെ ഭയപ്പാടിന്റെ, സംഘർഷത്തിന്റെ, അന്തരീക്ഷം.

ഇടനാഴിയിൽ ജെ പിയും വിശ്വനാഥനും നില്ക്കുന്നുണ്ട്. കാഴ്ച ക്കാരായും കലപിലകൂട്ടിയും ഒരുപാടുപേർ. വിശ്വനാഥന്റെ ഷർട്ടിന്റെ ബ ട്ടണുകൾ ഇളകിത്തെറിച്ചിരിക്കുന്നു. ഷർട്ടിൽ ചുളിവുകൾ വീണിട്ടുണ്ട്. ആരോ കൂട്ടിപ്പിടിച്ചതിന്റെ ലക്ഷണം.

എന്താണ് സംഭവിച്ചത് എന്ന് ക്രമേണ ബോധ്യമായി.

ഉച്ചയ്ക്ക് ഊണു കഴിഞ്ഞ് അസോസിയേഷൻ ഓഫീസിൽ ഇരി ക്കുമ്പോൾ അവിടെ നടന്ന ഒരു ചർച്ച ഓർമ്മയിലെത്തി.

ഏകദിന പണിമുടക്കിൽ പങ്കെടുത്ത അസോസിയേഷനിലെ ഒരംഗം രണ്ടുനാളുകൾക്കുശേഷം രഹസ്യമായി ലീവെഴുതിക്കൊടുത്തു. സമര ദിവസത്തെ ശമ്പളത്തിനായി അക്കൗണ്ട്സ് സെക്ഷനിൽ ചെന്നപ്പോൾ അവർ കളിയാക്കി.

"ചെലർക്ക് മരണസമരം. മൂന്നാംനാളിൽ കരിങ്കാലിയായി ഉയർത്തെ ഴുന്നേല്പ്പ്!"

കളിയാക്കൽ ഉന്തിലും തള്ളലിലും കലാശിച്ചു. പ്രശ്നത്തിൽ സംഘ ടന ഇടപെടണമെന്നാവശ്യപ്പെട്ട് അംഗം ഇറങ്ങിപ്പോയി.

"കരിങ്കാലിപ്പണിചെയ്തതിന്റെ കൂലി സംഘടന ഇടപെട്ടുവാങ്ങണം! ഇവനൊന്നും നാണമില്ലല്ലോ."

വിശ്വനാഥൻ ആരോടെന്നില്ലാതെ പറഞ്ഞു.

"കാര്യം ശരി. പക്ഷേ, അയാളെ പിടിച്ചു തള്ളിയത് ശരിയാണോ നമ്മുടെ അംഗത്തെ പിടിച്ചുതള്ളിയതിനെ ചോദ്യംചെയ്യേണ്ടെ? നമ്മുടെ അംഗങ്ങളിൽ പല ബോധനിലവാരത്തിലുമുള്ളവർ കാണും. അവർക്ക് പ്രശ്നമുണ്ടാകുമ്പോൾ സംഘടന കൈയൊഴിയരുത്."

ജെ പി സംഘടനയുടെ പ്രസിഡന്റാണ്. തീർപ്പു വന്നു കഴിഞ്ഞിരിക്കുന്നു. വിശ്വനാഥന് ആ തീർപ്പ് തീരെ പിടിച്ചില്ല. "സഖാവല്ലേ ധനകാര്യവകുപ്പിന്റെ സംഘടനാ ചുമതലയുള്ള നിർവ്വാഹകസമിതി അംഗം. പോയി തെരക്കി റിപ്പോർട്ട് ചെയ്യണം."

"എനിക്കാ നാറ്റക്കേസിനു വയ്യ." എന്നു പ്രഖ്യാപിച്ച് വിശ്വനാഥൻ പുറത്തേക്കിറങ്ങി.

ജെ പി കോപിച്ചില്ല. പകരം ചിരിച്ചു. അവർ തമ്മിലുള്ള സൗഹൃദം ഇങ്ങനെ വൈരുദ്ധ്യാത്മകമാണ്. ഉച്ചക്ക് എല്ലാരും പുറത്തുപോയ ശേഷം അസോസിയേഷൻ ഓഫീസുപൂട്ടിയിറങ്ങിയ ജെ പി, വിശ്വനാഥനൊപ്പം ധനകാര്യവകുപ്പിലേക്കുപോയി. കാര്യം തെരക്കണമല്ലോ.

പിന്നത്തെ കാഴ്ചയാണ് ഈ കോലത്തിൽ, വരാന്തയിൽ.

"ആകെ നാണക്കേടായിപ്പോയി. സംഘടനയുടെ പ്രസിഡന്റിനെ കൈകാര്യം ചെയ്തിട്ടും ആരും ഒന്നും മിണ്ടാതെ നില്ക്കുന്നോ? ഇങ്ങനെയൊരു നാണക്കേട് സംഘടനാ ചരിത്രത്തിൽ ഒരിക്കലും ഉണ്ടായിട്ടില്ല."

അണികളിലാരോ രോഷം കൊണ്ടു. ഞാൻ മെല്ലെ ജെ പിയുടെ അരികിലെത്തി. "തിരിച്ചുകൊടുക്കട്ടാ."

"ഓ.."

"ആരാണ് ജെ പിയുടെമേൽ കൈവെച്ചത്." ജെ പി ആളിന്റെ പേരു പറഞ്ഞു. ഹാളിനകത്ത് ഏറെപ്പേർ കൂട്ടംകൂടിനില്പുണ്ട്. ആരാണ് യഥാർഥ പ്രതി. എനിക്കാണെങ്കിൽ ആരെയും പരിചയമില്ല. ഞാനൊരു തുടക്കക്കാരനാണല്ലോ. എന്നിട്ടും ഞാനുറച്ചു.

ഹാളിനകത്തേക്ക് ഇരച്ചു കയറുക. പക്ഷേ, കാലുകൾ നീങ്ങുന്നില്ല. സംഭരിച്ച ധൈര്യമാകെ ചോർന്നു. അംഗസംഖ്യ അകത്തും പുറത്തും സമാസമം. തടിമിടുക്കുള്ളവർ അവിടെ കൂടുതൽ. പിന്നെ, ഹാളിൽ ധാരാളം സ്ത്രീകളുണ്ട്. സെക്കന്റുകൾ ഹൃദയമിടിപ്പിനൊപ്പം കടന്നു പോയി. കൂടുതൽ കൂടുതൽ പേർ എത്തിച്ചേർന്നുകൊണ്ടിരുന്നു. ഒരു സംഘട്ടനം ഏതു നേരവും സംഭവിച്ചേക്കുമെന്നു പ്രതീക്ഷിച്ച് ആരും പിരിഞ്ഞു പോയില്ല.

നാണംകെട്ട പണിക്കിറങ്ങിത്തിരിച്ച് അപമാനിതനായ വിശ്വനാഥന്റെ മുഖത്ത് കലി കെട്ടിക്കിടന്നു.

മടുപ്പിലേക്കും നിഷ്ക്രിയത്വത്തിലേക്കും രംഗം വഴുതി വീഴാൻ തുടങ്ങുകയായിരുന്നു.

വരാന്തയിൽ ഒരിളക്കം.

ആളുകൾ അടക്കം പിടിച്ചു പറഞ്ഞു. "യേശയ്യൻ."

രംഗം നിരീക്ഷിക്കാനൊന്നും അയാൾ നിന്നില്ല. എല്ലാം അറിഞ്ഞിട്ടു തന്നെയാണ് വരവ്.

"നോക്കിനിക്കണൊടാ കുന്തം വിഴുങ്ങിയപോലെ. കേറി അടിയെടാ..." ഉച്ചത്തിൽ വിളിച്ചുപറഞ്ഞ് അയാൾ ഹാളിനുള്ളിലേക്ക് പാഞ്ഞു. പുറകെ ഞങ്ങളെല്ലാവരും.

ഗ്വാഗ്വാ വിളികളും കൂട്ടയടിയും തുടങ്ങി.

ഫയലുകൾ ഇടുന്ന ട്രേയെടുത്ത് യേശയ്യൻ ഒരാളുടെ മുതുകിലടിച്ചു.ശബ്ദവും അതിന്റെ പ്രതിധ്വനിയും ഹാളാകെ മുഴങ്ങി. ആരോ അല റുന്നു. ആരോ കരയുന്നു. ഒരാളുടെ നെറ്റിയിൽ നിന്നും ചോരയൊഴുകി.

ചില സ്ത്രീകൾ ബോധമറ്റുവീണു. ആർക്കെല്ലാമോ പരിക്കേറ്റു.കാ ബിനുകൾ തകർന്നു. ഹാഫ് ഡോറുകൾ ഇളകി. ഫയലുകൾ ചിന്നിച്ചി തറി. മുറിവേറ്റവരെ താങ്ങിപ്പിടിച്ച് ക്ലിനിക്കിലേക്കു നീക്കി. പൊലീസ് എത്തുമ്പോഴേക്കും രംഗം ശാന്തമായിക്കഴിഞ്ഞിരുന്നു. പൊലീസ് കേസ് രജിസ്റ്റർ ചെയ്തു. പേറിയാവുന്ന ഏഴുപേരും പേറിയാത്ത അമ്പതു പേരുമടക്കം അമ്പത്തിയേഴു പ്രതികൾ. യേശയ്യൻ ഒന്നാം പ്രതി. ജെ പി രണ്ടാംപ്രതി. വിശ്വനാഥൻ മൂന്നാംപ്രതി. ഏഴുപേർക്ക് സസ്പെൻഷൻ. സംഘടനയുടെ അംഗീകാരം പിൻവലിച്ച് ഉത്തരവിറങ്ങി.

12

ചെയ്യാനൊള്ളത്

സസ്പെൻഷനും അംഗീകാരം പിൻവലിക്കലും സെക്രട്ടേറിയറ്റ് കാമ്പസിനെ ഇളക്കി മറിച്ചു. ഘോരമായ നോട്ടീസ് യുദ്ധം. സെക്ഷനുക ളിൽ വാഗ്വാദങ്ങൾ. ഹാളുകളിൽ പ്രസംഗം. 'ഗുണ്ടാത്തലവൻ യേശയ്യന്റെ നേതൃത്വത്തിൽ ധനകാര്യവകുപ്പിൽ ഇടതന്മാരുടെ അഴിഞ്ഞാട്ടം' എന്ന തലക്കെട്ടിലിറങ്ങിയ നോട്ടീസ് യേശയ്യൻ നാലായി മടക്കി പോക്കറ്റിലിട്ടു.

ദിവസങ്ങൾ പലതു നീങ്ങി. രൗദ്രസമുദ്രത്തിൽ അലയടങ്ങി. അസോ സിയേഷൻ ഓഫീസിൽ ആളൊഴിഞ്ഞ ശേഷം സംഘടനയുടെ കോർ കമ്മിറ്റി യോഗംചേർന്നു. ഭാരവാഹികൾക്കുപുറമെ മുതിർന്ന നേതാക്കൾ മുറിയടച്ചിരുന്നു.

പ്രസിഡന്റ് ഗൗരവത്തിൽ യോഗത്തിന്റെ അജണ്ട അവതരിപ്പിച്ചു. ധനകാര്യവകുപ്പിലെ സംഭവത്തെക്കുറിച്ച് ജനറൽ സെക്രട്ടറി റിപ്പോർട്ട് ചെയ്തു. തികച്ചും അനാവശ്യമായ ഒരു കാര്യത്തിന്റെ പേരിലാണ് പ്രശ്നം ഉടലെടുത്ത്. സംഘടനയുടെ പ്രസിഡന്റ് എടുത്തുചാട്ടം കാണിച്ചു. ഒരുവട്ടം പോലും ആലോചിക്കാതെയാണ് വിശ്വനാഥനെയും കൂട്ടി പുറപ്പെട്ടത്. രംഗം വഷളായപ്പോൾ പെട്ടെന്ന് സ്ഥലം വിടണമായി രുന്നു. അവിടെ ആൾക്കൂട്ടമുണ്ടാക്കാൻ ഇടവരുത്തരുതായിരുന്നു. സഹ പ്രവർത്തകർ തമ്മിലുള്ള കൈയാങ്കളി വർഗ്ഗബോധമുള്ള ജീവനക്കാർക്ക് ഒട്ടും ഭൂഷണമല്ല. സഖാവ് യേശയ്യന്റെ ഇടപെടൽ പ്രശ്നത്തെ ഗുരുതര മാക്കി. നാം ഗൗരവത്തോടെ ഈ പ്രശ്നം ചർച്ച ചെയ്യണം. ഇത്തരം സംഭവങ്ങൾ ഇനി ആവർത്തിക്കപ്പെടരുത്. വളർന്നു തുടങ്ങുന്ന ഈ സം ഘടനയെ ഇത്തരം സംഭവങ്ങൾ തകർക്കും. നാം മുഴുവൻ പേരുടെയും സംഘടനയാണെന്ന കാര്യം മറക്കരുത്. ഇന്ന് മാറി നില്ക്കുന്നവർ നാളെ നമ്മോടൊപ്പം എത്തേണ്ടവരാണ്. ആ ജാഗ്രത എപ്പോഴും വേണം.

ഓരോരുത്തരായി ചർച്ചയിൽ പങ്കെടുത്തു.

സംഭവം ഒഴിവാക്കണമായിരുന്നു എന്ന കാര്യത്തിൽ മിക്കവരും യോജിച്ചു. യേശയ്യൻ തന്റെ ഊഴമെത്തിയപ്പോൾ പറഞ്ഞു. "ഞാൻ സംഘടനയുടെ വൈസ് പ്രസിഡന്റാണ്. സംഭവം അറിഞ്ഞ് ഓടിയെ ത്തുമ്പോൾ പരിതാപകരമായ നിലയിലാണ് സഖാക്കൾ നിന്നിരുന്നത്. ഷർട്ടുകൾ വലിച്ചു കീറപ്പെട്ടിരുന്നു. നഖം കൊണ്ടു പോറിയിടത്തുനിന്നും ചോരപൊടിയുന്നുണ്ടായിരുന്നു. സംഭവത്തിന്റെ കാരണം എനിക്കു പിടി യുണ്ടായിരുന്നില്ല. പിടിയുണ്ടെങ്കിലും ആ സാഹചര്യത്തിൽ എനിക്ക് മറ്റൊന്നും ചെയ്യാനാവുമായിരുന്നില്ല. നമ്മുടെ നേതാക്കളാണ് ജെ പിയും വിശ്വനാഥനും. അവർ തല്ലുകൊണ്ടു നില്ക്കുമ്പോൾ കാഴ്ചക്കാരായി കുറേപ്പേരുണ്ട്. ഉടനെ ഇടപെടാത്ത സംഘടനാ പ്രവർത്തകരുമുണ്ട്. നാം അക്കാര്യവും പരിശോധിക്കണം. നമ്മുടെ സംഘടനയുടെ ചുറുചുറുക്ക് എവിടെ? സംഭവിച്ച കാര്യത്തിൽ എനിക്ക് തെല്ലും കുറ്റബോധമില്ല. സസ്പെൻഷൻ എനിക്കോ സംഘടനക്കോ പുത്തരിയല്ല. അത് നമ്മളെ ശക്തിപ്പെടുത്തുകയേയുള്ളൂ. ഫ്ളാക്സ് എറിഞ്ഞുടച്ചുവെന്നാരോപിച്ച് എന്നെ സസ്പെന്റ് ചെയ്തിട്ട് എന്തുണ്ടായി? ലാസ്റ്റ് ഗ്രേഡ് ജീവനക്കാർ കൂടുതൽ നമ്മുടെ സംഘടനയിൽ ചേർന്നു. ഉദ്യോഗസ്ഥപ്രമാണിമാരുടെ

പത്തി താണു. ഇതിന്റെ പേരിൽ പ്രസിഡന്റിനെ പഴി പറയണ്ട. കൂട്ടായ ഉത്തരവാദിത്വമാണ്. സംഘടനാ നടപടി ഉണ്ടായാൽ അത് എതിരാളി കൾ ഉപയോഗപ്പെടുത്തും. പിന്നെ എനിക്ക് എവിടെയാണു തെറ്റിയതെന്നു സംഘടന ബോദ്ധ്യപ്പെടുത്തിയാൽ ഞാൻ തിരുത്തും."

ജെ പി കൂടുതലൊന്നും പറഞ്ഞില്ല. "ഞാൻ കൂടുതൽ ജാഗ്രതകാ ണിക്കണമായിരുന്നു. സംഭവത്തിന്റെ പൂർണ്ണ ഉത്തരവാദിത്വം എനിക്കാ ണ്. പറ്റിയ തെറ്റിന് എന്നെ ശിക്ഷിക്കാം."

ഏതാനും നിമിഷത്തെ മൗനത്തിനുശേഷം ആലോചിച്ചുറച്ച് ജന റൽ സെക്രട്ടറി മറുപടി പറഞ്ഞു. "സംഭവിച്ചത് സംഭവിച്ചു. ഇതൊരു പാഠമാക്കണം. ഇത്തരം സംഭവങ്ങൾ ജീവനക്കാരോ പൊതുസമൂഹമോ അംഗീകരിക്കുകയില്ല. ജെ പി എടുത്തുചാട്ടം കാട്ടരുത്. യേശയ്യൻ പല പ്പോഴും ത്യാഗപൂർണ്ണമായി ഇടപെട്ടിട്ടുണ്ട്. ആത്മാർത്ഥതയെ ഞാൻ ചോദ്യം ചെയ്യുന്നില്ല. അംഗീകരിക്കുന്നു.പക്ഷേ, കൈയാങ്കളികൊണ്ട് നമുക്ക് മുന്നേറ്റമുണ്ടാകില്ല. കാലം മാറുകയാണ്. അത് യേശയ്യൻ മന സ്സിലാക്കണം. ആർക്കെതിരെയും നടപടിയൊന്നും വേണ്ട. സസ്പെൻഷ നെതിരെ സമരം തുടരണം. അവരെ സംരക്ഷിക്കാൻ ഫണ്ട് ശേഖരിക്ക ണം. സംഘടനയുടെ അംഗീകാരം പിൻവലിച്ച നടപടിക്കെതിരെ ജനാ ഭിപ്രായം രൂപപ്പെടുത്തണം. മറ്റ് സംഘടനകളെക്കൂടി സമരം വിപുലപ്പെ ടുത്തണം.

കമ്മിറ്റി കഴിയുംവരെ ഞാൻ കാമ്പസിനുള്ളിലെ ആൽമരച്ചോട്ടിൽ കാത്തുനിന്നു. നിയമസഭാ മന്ദിരത്തിലെ മഞ്ഞ വിളക്കിൽ പ്രാണി കൾവന്നു വീണു കൊണ്ടിരുന്നു. കാവൽമുറിയിൽ സെക്യൂരിറ്റി ജീവന ക്കാരൻ ഉറക്കം തൂങ്ങി. കന്റോൺമെന്റ് ഗേറ്റ്തുറന്നുകിടക്കുന്നു. നോർത്ത് ബ്ലോക്കിലെ മൂന്നാം നിലയിൽവെളിച്ചമുണ്ട്. മുഖ്യമന്ത്രി ഇനിയും പോയി ട്ടില്ല. മറ്റുള്ളവരെല്ലാം പിരിഞ്ഞുപോയിക്കഴിഞ്ഞ് യേശയ്യൻ എന്റെയടു ത്തെത്തി.

"വാ പോവാം.,"

"എന്തായി?"

യേശയ്യൻ ഗൗരവത്തിൽ പറഞ്ഞു.

"കമ്മിറ്റിരഹസ്യം ചോർത്താൻ വേണ്ടി പമ്മി നിക്ക്യാണാ? റിപ്പോർട്ട് ചെയ്യുമ്പോ സഖാവ് അറിഞ്ഞാമതി."

"ഓ... മതിയേ.."

ഞങ്ങൾ ബസ്സ്റ്റാന്റിലേക്ക് നടന്നു. യേശയ്യൻ മെല്ലെ എന്റെയടു ത്തെത്തി കൈകളിൽ പിടിച്ചു. ഒരു രഹസ്യം എന്റെ ചെവിയിൽ പറ ഞ്ഞു.

"ചെയ്യാനുള്ളത് ചങ്കൂറ്റത്തോടെ ചെയ്യണം. കമ്മിറ്റീലെത്തുമ്പം തെറ്റാണെങ്കിൽ ക്ഷമിക്കണം എന്ന് ഒരു തട്ട് തട്ടണം. പിന്നെ ആര് എന്തര് ചെയ്യാൻ. നമ്മള് നമ്മക്ക് വേണ്ടിയല്ലല്ല് ഇതൊക്കെ ചെയ്തുകൂട്ടണത്.

സംഘടനക്കുവേണ്ടിയല്ലേ. അപ്പപ്പിനെ സംഘടനക്ക് നമ്മളെ കൊന്നു തിന്നാനൊക്കുമോ... വേഗം നട. ഇതൊക്കെ കേട്ട് നീ വഷളാവണ്ട. വലിയ ആപ്പീസറാകാനൊള്ളവനാ. നോക്കീം കണ്ടും നിന്നോ..."

യേശയ്യന്റെ ശീതീകരിച്ച കിടക്കയ്ക്കു മുകളിലെ കണ്ണാടിച്ചില്ലുക ളിൽ കണ്ണീർപ്പാടുകൾ ചാലായി ഒഴുകി. ഒന്നനങ്ങാനാകാതെ ചിരിക്കാ നാകാതെ, അഭിവാദ്യം ചെയ്യാനാകാതെ അയാൾ നിശ്ചലം കിടന്നു.

ശവമടക്കിന് ഇനിയും ഒരു രാത്രികൂടി.

13

മഠത്തിക്കുളം

രാവ് കനത്തിരിക്കുന്നു. കൂട്ടിരിപ്പുകാരുടെ കൺപോളകൾ വീർത്ത് ഉറക്കം തൂങ്ങി. ചിലർ എന്തോ ഓർത്തെടുക്കും പോലെ ചരമഗീതങ്ങ ളിലെ ചില വരികൾ മൂളി. കുട്ടികൾ മുതിർന്നവരുടെ മടികളിൽ മയങ്ങി. ഒറ്റപ്പെട്ട കൂർക്കംവലികൾ കേട്ടു തുടങ്ങി. റോഡിൽ നിന്നും ബൈക്കു കൾ ഒഴിഞ്ഞിരിക്കുന്നു. നിരനിരയായി കെട്ടിയ ട്യൂബ് ലൈറ്റുകൾ രാത്രി യിലെ ഉയർന്ന വോൾട്ടേജിൽ ശക്തിയായി പ്രകാശിച്ചു. മരണമൗനത്തി ലേക്ക് എല്ലാരും ആണ്ടുപോകവെ യേശയ്യൻ എന്നെ തൊട്ടുവിളിച്ചു.

ഞെട്ടിയുണർന്ന് നോക്കവെ യേശയ്യൻ പറഞ്ഞു. "വെളുക്കുവോളം സമയമുണ്ട്. നമുക്ക് ഒന്നു നടന്നുവരാം..."

കാട്ടുമ്പുറത്തെ മൺകുടിലുകൾ അപ്രത്യക്ഷമായിരിക്കുന്നു. സർക്കാർ സഹായത്തോടെ മട്ടുപ്പാവുകൾ ഉയർന്നിട്ടുണ്ട്. ചവിട്ടുവഴികൾ കോൺക്രീറ്റ് ചെയ്തിരിക്കുന്നു. തട്ടിത്തടഞ്ഞു വീഴാതെ നടക്കാം. ആന ക്കൊമ്പൻ മരച്ചീനിയുടെ കമ്പുകൊണ്ടുള്ള വേലികൾ ഇപ്പോഴില്ല. മതി ലുകൾ ഉയർന്നിരിക്കുന്നു. ചവിട്ടുവഴികൾ ചിലതെല്ലാം ടാറിട്ട റോഡായി മാറിക്കഴിഞ്ഞു. നാടിന്റെ വളർന്നുവരുന്ന സമ്പത്തിൽനിന്നും ചിലത് വീടായും വഴിയായും കിനിഞ്ഞിറങ്ങിയിട്ടുണ്ട്. ഹരിജൻ വെൽഫെയർ ഓഫീസിനുമുന്നിലെ മാങ്ങാസൂര്യകാന്തിപ്പൂവുകൾ വിടർന്നു വരുന്നുണ്ട്. മാർത്തോമാ പള്ളിയുടെ കോമ്പൗണ്ടിലേക്ക് പടർന്നിറങ്ങിയ പറങ്കിമാ വിൽ നിന്നും വവ്വാലുകൾ പറന്നുയർന്നു. ഒരു കുത്തിപ്പട്ടി ഉറക്കത്തിൽ നിന്നും ഞെട്ടിയുണർന്നു കുരച്ചു. അവളുടെ മുലകളിൽനിന്നും കടിവിട്ട പട്ടിക്കുട്ടികൾ മോങ്ങി. യേശയ്യന്റെ സാന്നിദ്ധ്യം അവകളെ ഭയപ്പെടുത്തു ന്നുണ്ടാവാം. മോങ്ങലിന് ദീനവിലാപത്തിന്റെ സ്വരം വന്നു ചേർന്നു. വഴി അവസാനിക്കുന്നിടത്ത് ട്യൂബ് ലൈറ്റ് പ്രകാശിക്കുന്നു. മഠത്തിക്കുളത്തിന്റെ കല്പടവുകളിൽ ഇരുട്ട് കട്ടപിടിച്ചുകിടക്കുന്നു. പഴയ കൈത്തോട് നിക

ത്തപ്പെട്ടിരിക്കുന്നു. അതും ടാറിട്ട റോഡാണിന്ന്.

കുളത്തിനടുത്തേക്കു നടക്കുമ്പോൾ യേശയ്യൻ അവിടെയെത്തിക്ക ഴിഞ്ഞിരിക്കുന്നു. എല്ലാ ചുവടുവയ്പുകളെയും അയാൾ മറികടന്നിരിക്കു ന്നു. കുളത്തിനരികിൽ കുളിരുണ്ട്. മനുഷ്യസാന്നിദ്ധ്യമറിഞ്ഞിട്ടാവണം. ബ്രാൽ മത്സ്യങ്ങളും കുഞ്ഞുങ്ങളും വെള്ളം തെറിപ്പിച്ച് പായലുകൾക്കി ടയിലേക്കുപോയി.

ചെറുകിട ജലസേചന വകുപ്പ് പണിത പമ്പ് ഹൗസിന്റെ മേല്ക്കൂര കാണാനില്ല. കൃഷിക്ക് വെള്ളം തുറന്നുവിടാനായി റഗുലേറ്റർ സംഘടി പ്പിച്ചിട്ടുള്ളത് കിണറിന്റെ രൂപത്തിലാണ്. ഇവിടെ മഴക്കാലത്ത് കുളനിര പ്പിനൊപ്പം വെള്ളമുണ്ടാകും. കുളത്തിനരികിൽ എത്തുമ്പോഴേക്കും ചങ്കി

ടിക്കാൻ തുടങ്ങി. വെള്ളത്തിൽ ഇറങ്ങുമ്പോഴൊക്കെ ഭയപ്പെട്ടിരുന്നു. കുള ത്തിന്റെ ആഴങ്ങളിൽ 'പിടിച്ചുതാഴ്ത്തിക'ളുണ്ട്. അവ ഒരിക്കലും ഉറ ങ്ങുന്നുണ്ടാവില്ല.

എരുമകൾ അനുസരണയുള്ള സാധു ജീവികളാണ്. നാല് എരുമ കൾ. ഓരോന്നിനും പേരുണ്ട്.

മുട്ടില് മുടിയുള്ള എരുമ, എലിവാലി, പെരുംവയറി, ചക്കമുലച്ചി.

എരുമകളെ വരിയായി നടത്തി തോട്ടുവരമ്പു കടന്ന് കുളത്തിലേ ക്കുള്ള യാത്ര. പുളിമരത്തിൽ നിന്നും ഒടിച്ച് ചെത്തിയെടുത്ത കമ്പുകളു ണ്ടാവും കൈയിൽ. തലയിൽ തോർത്ത് കെട്ടിയിട്ടുണ്ടാവും. അവറ്റ കൾക്കറിയാം പോകേണ്ട വഴിയും ഏത്തേണ്ടസ്ഥലവും. പേരിനൊരാൾ പുറകെ ചെല്ലണമെന്നു മാത്രം. മുട്ടില് മുടിയുള്ള എരുമയെ പോത്തൻകോട് ചന്തയിൽനിന്നും അടുത്തിടെ വാങ്ങിയതാണ്. വീട്ടിലെ പാൽക്കച്ചവടത്തിൽ പ്രധാന സംഭാവന അവളുടേതാണ്. ഒരുപാവം ജീവി. മുമ്പെ നടക്കും, അലഞ്ഞുലഞ്ഞ്. എലിവാലിക്ക് ഇത്തിരിപ്പോരമുള്ള വാലും അറ്റത്ത് രണ്ടോ മൂന്നോരോമവും. പെരുംവയറി ഭയങ്കര തീറ്റക്കാ രിയാണ്. പാല് കമ്മി. ചക്കമുലച്ചിയുടെ അകിട് വലുത്; കാമ്പുകളും.

ഇവയെ മഠത്തിക്കുളത്തിൽ ഇറക്കി കുളിപ്പിക്കൽ ഞായറാഴ്ചത്തെ പ്രധാന ജോലിയാണ്. അന്ന് സ്കൂൾ അവധിയാണല്ലോ. ഒരു പിടി വൈക്കോൽ കൈയിൽ ചേർത്ത് അമുക്കിപ്പിടിച്ച് എരുമയുടെ മേലിൽ ഉരയ്ക്കും. ഉണങ്ങിയ ചാണകം പ്ലാക്ക്പ്ലാക്കാ ഇളകിവരും. കുളമ്പു കൾക്കിടയിലും അകിടിലും അകിടിനിടയിലും സൂക്ഷ്മതയോടെ തേയ്ക്ക ണം. അകിടിൽ പിടിച്ചാൽ ചെലപ്പം അവ കാലുകൊണ്ടു തൊഴിക്കും. സൂക്ഷിക്കണം.

എരുമപ്പണി വൃത്തിയായി അറിയാം. എരുമകളെ കൊവിരാൻ വിട്ട് നീന്താനിറങ്ങി. വെള്ളത്തിൽ പൊങ്ങിക്കിടക്കുകയോ മൂക്കുംകണ്ണും മാത്രംപുറത്തുകാട്ടി വെള്ളത്തിൽ താഴ്ന്നു കിടക്കുകയോ ആവും എരു മകൾ. വെള്ളത്തിൽ നിന്നും തലപൊക്കാൻ മടിച്ച് മൂക്കിലൂടെ വെള്ളം ചീറ്റിത്തെറിപ്പിച്ചായിരിക്കും പെരുവയറിയുടെ കിടപ്പ്.

കുളത്തിന്റെ പകുതിവരെ നീന്തി മടങ്ങിപ്പോവും. പകുതിക്കപ്പുറം പായലാണ്. മുട്ടപ്പായലും വള്ളിപ്പായലും. കുളവാഴയും. കാരിമീനുകൾ അവിടെയാണ് പാർക്കുന്നത്. ചിലപ്പോൾ നല്ല കുത്തുകിട്ടും. അടിയിലെ ചെളിയിൽ ഒടവല മീനുകളാണ്.തൊടവണ്ണം വരും. കുളവാഴയിലെ നീല പ്പൂക്കളെകൊണ്ട് കുളത്തിന്റെ മറുപകുതി നിറഞ്ഞിരിക്കും. പിടിച്ചുതാ ഴ്ത്തിക്കളെ ഒരിക്കലും കാണാനൊക്കുല്ല. നീന്തിക്കളിക്കണ പിള്ളാരെ പിടിച്ചുതാഴ്ത്തിക്കൊണ്ടുപോകും. കൊറെ കുമിളമാത്രം പുറത്തേക്കുവ രും. കുളം മുഴുവനും തപ്പിയിട്ടും കിട്ടാത്ത പിള്ളേര് പിന്നെ പിടിച്ചുതാ ഴ്ത്തികളാവും. എത്രയോ കൊല്ലം പഴക്കമുള്ള കുളമാണ്. പിള്ളാരും വലിയവരുമായി എത്രയോ പേരെ 'പിടിച്ചുതാഴ്ത്തികൾ' അങ്ങ് ആഴ ത്തിലേക്ക് കൊണ്ടുപോയിരിക്കുന്നു!

കുളത്തിന്റെ നടുക്കുവരെ നീന്തിപ്പോകും. വെള്ളത്തിനടിയിൽ മുക്കി ളിയിട്ടു പോകുമ്പോ ചങ്കുപെരുക്കും. പിടിച്ചു താഴ്ത്തിയെപ്പറ്റിയുള്ള ഭയ ത്താൽ ഞെട്ടിവിറച്ച് വെള്ളത്തിനു മുകളിൽ തലപൊക്കും.

എരുമകൾ ഉണ്ടെന്നുറപ്പുവരുത്തി വീണ്ടും നീന്തി. ഇടയ്ക്കുവച്ച് ഒരു വാഴക്കഷണം കിട്ടി. ആരോ നീന്തിപ്പഠിച്ച് ഉപേക്ഷിച്ചതാണ്. അഴു കിത്തുടങ്ങിയിട്ടില്ല. അതിൽ പിടിച്ച് നീന്തി. ആയാസം കുറവ്. മദ്ധ്യത്തി ലേക്ക് കടക്കുംതോറും തണുപ്പ് കൂടുന്നു.

കുളത്തിനക്കരെ മഠമാണ്. മഠത്തിന്റെ വടക്കേ കൊട്ടിയമ്പലം കടന്ന് ഓടിട്ട കൂര കുളത്തിന്റെ പടവുകൾ താണ്ടി വെള്ളം തൊട്ടു തൊട്ടില്ല എന്ന മട്ടിലാണ് നില്പ്. ചില പകലുകളിൽ മഠത്തിലെ പെണ്ണുങ്ങൾ അവി ടെയാണു കുളി. അവരുടെകുളി മറുകരയിൽ നില്ക്കുന്നവർക്ക് കാണാ നാകില്ല. കാണണമെങ്കിൽ നീന്തിച്ചെല്ലണം. മീശ മുളച്ചുതുടങ്ങിയ പിള്ളേർ നീന്തി മദ്ധ്യഭാഗത്തേക്കുപോകുന്നതിൽ അങ്ങനെ ഒരുദ്ദേശ്യം കൂടിയുണ്ട്. അവരുള്ളപ്പോൾ അങ്ങോട്ടേയ്ക്കടുപ്പിക്കില്ല. "ചുണ്ണീ വെള്ളം വച്ചാടാ... പോടാ..." എന്നു പറഞ്ഞ് ആട്ടികയറ്റും. അവിടെയാരോ കുളി ക്കുന്നുണ്ട്. പകലാണ്. പെണ്ണുങ്ങൾ തന്നെ.

രാത്രി ആ കടവിലെ നീരാട്ടിന് അറവലകളും ബ്രഹ്മരക്ഷസും യക്ഷി കളും ഗന്ധർവ്വന്മാരും എത്തും. അവരുടെ കുളി കാണാനിടയാവുന്നവർക്ക് പിന്നെ ഒരു കുളിയേ ഉണ്ടാകൂ.

നീന്തി നീന്തി എത്തുമ്പോഴേക്കും കുളിക്കുന്ന പെണ്ണുങ്ങളെ കണ്ടു. ഹൃദയമിടിപ്പുകൂടി. തണുപ്പിൽ മരവിച്ചുപോയ ആണത്വം ഉണർന്നു. മുല ക്കച്ചകളഴിഞ്ഞ് വെളിപ്പെടുന്ന വെളുത്ത മുലകൾ. നീണ്ടു വെളുത്തകാ ലുകൾ. നനഞ്ഞൊട്ടിയ പിൻഭാഗം. ഇടയ്ക്കിടയ്ക്ക് തിരിഞ്ഞു നോക്ക ണം. ആരെങ്കിലും കാണുന്നുണ്ടോ? എരുമകൾ ഓടിപ്പോയോ? വെള്ള ത്തിനടിയിലായതിനാൽ കൈകൾ ചലിപ്പിക്കുന്നതു ആരും കാണില്ല. ചു മലുകൾ അനങ്ങുന്നതു പോലും ആരും കാണരുത്.

വാഴക്കഷണം പിടിവിട്ടു. അലകളിൽ പെട്ടകന്നു. നിലവെള്ളം ചവി ട്ടിയാണു നില.

രാത്രിയെത്തുന്ന ഗന്ധർവ്വന്മാരും യക്ഷികളും ബ്രഹ്മരക്ഷസ്സും അറ വലകളും പടവുകൾക്കുപുറത്ത് ചാഞ്ഞു നില്ക്കുന്ന ഓടിട്ട മേല്ക്കൂര യുടെ കഴുക്കോലിൽ തലകീഴായി തൂങ്ങിക്കിടക്കുന്നു.

പെണ്ണുങ്ങൾ ഒന്നും അറിയാതെ കുളിക്കുന്നു.

കാലുകളിൽ എന്തോ ചുറ്റി. കാലുകൾ പൊക്കാനാകുന്നില്ല. താഴേ ക്ക്. ആഴങ്ങളിലേക്ക്. മൂക്കിലൂടെ വെള്ളംകയറി. വായ തുറന്നു. വെള്ളം വീണ്ടും ഉള്ളിലേക്ക്. നിലവിളിക്കാനാകുന്നില്ല.

എല്ലാം തീരുകയാണ്.

വയറിൽ കല്ലുകൾ പൊത്തുകയറുന്നു. ഏതോ ഭാരം മുകളിൽ. ചെറി യശബ്ദങ്ങൾ കേട്ടു തുടങ്ങുന്നു. വായിലൂടെ വെള്ളം പുറത്തേക്ക്. മൂക്കി

ലൂടെയും. പതുക്കെപ്പുതക്കെ ബോധം തിരിച്ചുകിട്ടുന്നു. ആരോ മലർത്തി
ക്കിടത്തി. ചുറ്റും ആളുകളുണ്ട്. വെള്ളത്തിൽ നിന്നും കരയിൽക്കയറിയ
എരുമകൾ നോക്കിനില്പുണ്ട്. അവരുടെ പെരുത്ത ശരീരത്തിൽ നിന്നും
വെള്ളം ഇറ്റിറ്റു വീഴുന്നു.അവയുടെ തുറിച്ചകണ്ണുകൾ നിശ്ചലം.

"എന്നാലുമപ്പീ എന്തരുപണിയാണുകാണിച്ചത്. ഇപ്പം തീന്നന.
ഞാൻകണ്ടില്ലാരുന്നെങ്കി..."

യേശയ്യനാണ്. ഞായറാഴ്ചക്കുളിക്കെത്തിയതാണ്.

"എന്തരുപറ്റി. നീന്തലൊക്കെ അറിയിണതല്ലേ. കാലില് വല്ലതുംചു
റ്റിയാ. പായലോ മറ്റോ."

"ഞാ നോക്കുമ്പോ താണുതാണുപോണ്."

ഒന്നും ഓർമ്മയില്ല.

"പിടിച്ചു താഴ്ത്തിക്കൊണ്ടുപോയതായിരിക്കും." ആരോപറയുന്നു
ണ്ട്.

"തേങ്ങാക്കൊല. ഒന്നു പോണ്ണാ പേടിപ്പിക്കാതെ. എത്തറ കൊല്ല
മാവും കൊളമെറച്ചിറ്റ്. അത്തറീം ചെളീം പായലുമല്ലേ? ആരെങ്കിലും
ഉള്ളിലോട്ട് നീന്തിപ്പോകുമോ...ഭാഗ്യത്തിന് കണ്ട്. അല്ലെങ്കിപ്പിള്ളേ..."

നാണക്കേടാൽ...ഭയത്താൽ തലകുനിഞ്ഞു. യേശയ്യൻ ഒന്നും
മിണ്ടാതെ ഒരേയിരിപ്പാണ്.

മഠത്തിലെ ചായ്പ്പും കുളക്കടവും ഇപ്പോഴില്ല. ആരും കുളിക്കാനെ
ത്താറുമില്ല. നാലഞ്ച് അഴുക്കുചാലുകൾ കുളത്തിൽ ഒഴുകിയെത്തും.
കാറ്റിന് തണുപ്പുണ്ട്.

വെള്ളത്തിൽനിന്നും ഇരുട്ട് പൊങ്ങിവന്നു.

14
ജ്ഞാനശീലൻ

മാന്തിക്കുളത്തിന്റെ കൈത്തോട് ഇപ്പോൾ റോഡാണ്. അടുത്ത കാലത്തായി ടാർ ചെയ്തേയുള്ളൂ. വല്ലപ്പോഴുമെത്തുന്ന ആട്ടോറിക്ഷയോ ഒറ്റപ്പെട്ട ഇരുചക്രവാഹനങ്ങളോ അല്ലാതെ അധികം യാത്രക്കാരുണ്ടാ വാറില്ല. വിജനതയിലൂടെ ഒരു റോഡ്.

പാതിരാവ് കഴിഞ്ഞിരിക്കുന്നു. മിന്നാമിനുങ്ങുകൾ പറക്കുന്നുണ്ട്. നികത്തപ്പെട്ട വയലുകളിൽ തെങ്ങും വാഴയുമാണ്. മരിച്ചീനിയുമുണ്ട്. കൈത്തോടിലേക്ക് ചാഞ്ഞുകിടന്നിരുന്ന പുന്നമരങ്ങൾ ഇന്നില്ല. മതിലു കളാണ് എവിടെയും.

ഏറെനടന്നപ്പോൾ കാലുകൾ കഴച്ചു. വേഗത കുറഞ്ഞു.

കൈത്തണ്ടയിൽ തണുത്ത സ്പർശം.

യേശയ്യൻ പിടിച്ചിട്ടുണ്ടാവണം.

"ശ്ശ്." യേശയ്യൻ പറയുകയാണ്.

"ശ്രദ്ധിക്ക്. കേൾക്കുന്നുണ്ടോ?" ചെവി വട്ടംപിടിച്ചു. ദൂരെ നിന്നും തണുത്ത കാറ്റിനൊപ്പം ഇടയ്ക്കിടയ്ക്ക് കുറഞ്ഞും ചിലപ്പോൾ ഉയർന്നും ഒരു വിളികേൾക്കാം.

"ജ്ഞാന ശീലോാ....."

കാട്ടുമ്പുറത്തുനിന്നും പുറപ്പെട്ട് കണ്ണോട്ടുകോണം ഏലാ ലക്ഷ്യമാ ക്കിയുള്ള വിളി.

കാലങ്ങൾക്കപ്പുറത്തുനിന്നുമുള്ള വിളിയാണത്.

യേശയ്യന്റെ ബന്ധുവാണ് വേലു.

വേലുവിന്റെ ഭാര്യ ദരസമ്മ. അവർക്ക് മക്കൾ ആറ്.

മൂന്നാമൻ ജ്ഞാനശീലൻ.

ഒരു പാവം ചെറുക്കനായിരുന്നു അവൻ. ദരസമ്മ ഞാറു നടാനും

പരൽമീനുകളെ പിടിക്കാനും നത്തയ്ക്ക പെറുക്കാനും കളപറിക്കാനും പുല്ല് പറിക്കാനും എപ്പോഴും വയലിൽ കാണും. ഒപ്പം വാലുപോലെ ജ്ഞാനശീലൻ.

നെല്ലിനും കളയ്ക്കുമൊപ്പം അവൻ വളർന്നു.

ദരസമ്മ കരയിൽ കയറിയാലും ജ്ഞാനശീലൻ വയലിൽ തുടർന്നു.

ഒരു കുട്ടി ഒരുവയലിൽ നില്ക്കുന്നത് അപകടംപിടിച്ച കാര്യമായി ആരും കരുതിയിരുന്നുമില്ല.

മിക്ക ദിവസങ്ങളിലും അവനെ കാണാതാവും.

മീനുകളെ നോക്കി നോക്കി വരമ്പത്തിരുന്നു ഉറങ്ങിപ്പോവും. പൊന്മാനുകളുടെ നീലച്ചിറകിൽ നോക്കിയിരുന്ന് പരിസരം മറക്കും. ഊളൻ ഞണ്ടുപിടിക്കുന്നവിധം മനസ്സിലാക്കിയ മുതിർന്നവർ പോലുമില്ല. പക്ഷേ

ജ്ഞാനശീലന് അതറിയാം. അവൻ ജ്ഞാനത്തിൽ വളർന്നു. സ്കൂൾ ക്ലാസുകളിൽ അവന്റെ ജ്ഞാനത്തിനു മാർക്കില്ല. ഇടയ്ക്കിടയ്ക്ക് അവനെ തീർത്തും കാണാതാകുമ്പോൾ കുന്നിൻമുകളിൽനിന്ന് ദിക്കുകൾ മുഴ ക്കിക്കൊണ്ട് ദരസമ്മയുടെ ശബ്ദം ഉയരും.

"ജ്ഞാനശീലോ..."

ജ്ഞാനശീലൻ വിളി കേട്ടതായി ആരും ഓർമ്മിക്കുന്നില്ല. എന്നാൽ ദരസമ്മയുടെ ശബ്ദം കുയിലിന്റെ പാട്ടിനൊപ്പം ഉപ്പന്റെ കുറുകലിനൊപ്പം പീണിക്കിളികളുടെ കരച്ചിലിനൊപ്പം ഒരു ശബ്ദം മാത്രമായി, ആരും ചെവി കൊടുക്കാത്ത ഒരു രോദനമായി നിലകൊണ്ടു.

എട്ടിൽ തോറ്റ് അവൻ ചുമട്ടുതൊഴിലാളിയായി. മൗനമായിരുന്നു അവ ന്റെ ഭാഷ. നിശ്ശബ്ദം കൈവണ്ടി വലിക്കും, ചുമടെടുക്കും. കൂലി പങ്കുവ ക്കുമ്പോൾ അവൻ എണ്ണിനോക്കാറുപോലുമില്ല.

ഞായറാഴ്ചകളിൽ ദരസമ്മക്കൊപ്പം അവൻ മുടങ്ങാതെ പള്ളി യിൽപ്പോയി. നോമ്പു നോറ്റു.

കുരുത്തോലപ്പെരുനാളിന് കുരുത്തോലയുമായി ഘോഷയാത്രയിൽ ചേർന്നു. ക്രിസ്തുമസിനു കരോൾ സംഘത്തിനൊപ്പം നിശ്ശബ്ദ പങ്കാളി യായി.

"ഉണ്ണി പിറന്നു. ഉണ്ണി യേശുപിറന്നു." എന്നീ വരികൾ മാത്രം ഉച്ച ത്തിൽ പാടും. പിന്നെ 'വീ വിഷ് യു എ ഹാപ്പി ക്രിസ്മസ് ആന്റ് എ ഹാപ്പി ന്യൂഇയർ' എന്നും. എല്ലാരും പാടുമ്പോൾ അടുത്ത വീട്ടിലേക്ക് നിശ്ശബ്ദം നടക്കുകയായിരിക്കും ജ്ഞാനശീലൻ. അവനൊപ്പം സാത്താന്റെ നിഴലോ ദൈവത്തിന്റെ കൃപയോ എന്തോ ഒന്ന് നിശ്ചയം നിലനിന്നിരുന്നു!

ചുമടെടുത്തുതീർന്ന് കടത്തിണ്ണയിലിരുന്ന് ജ്ഞാനശീലൻ ഉറങ്ങി പ്പോയി. മാലാഖമാർ അവന്റെ തലയ്ക്കുമുകളിൽ പറക്കുന്നതും അവ യുടെ ചിറകനക്കത്തിൽ സുഖപ്രദമായ കാറ്റിളകുന്നതും അവനറിഞ്ഞു.

ദൈവം അവനെ തെരഞ്ഞെടുത്തിരിക്കുന്നു. രണ്ടായിരം ആണ്ടു കൾക്കുശേഷം ഒരാൾ. അവൻ ആർത്തുവിളിച്ചു.

"അഞ്ചപ്പംകൊണ്ടുവരൂ ഞാൻ അയ്യായിരം പേരെ പോഷിപ്പിക്കട്ടെ! അണ്ടാവുകളിൽ വെള്ളംനിറയ്ക്കൂ ഞാൻ അതിനെ വീഞ്ഞാക്കാം..."

ചുമട്ടുതൊഴിലാളികൾ ചുറ്റുംകൂടി നിന്നു. അന്നവർക്ക് യൂണിഫോ മോ ബാഡ്ജോ ഉണ്ടായിരുന്നില്ല. പക്ഷേ, ഉറ്റ ചങ്ങാത്തമുണ്ടായിരുന്നു. തന്റെ തലയ്ക്കു ചുറ്റും രൂപപ്പെട്ട പ്രകാശവലയത്തിലൂടെ മറ്റുള്ളവരുടെ മങ്ങിയ ചിത്രങ്ങൾ മാത്രമേ അവനു ദൃശ്യപ്പെട്ടുള്ളൂ.

ചുറ്റും നില്ക്കുന്ന പുരുഷാരത്തെ അവൻ കണ്ടു.

"അല്പ വിശ്വാസികളേ, അപ്പം കൊണ്ടു വരായ്കയാൽ തമ്മിൽ തമ്മിൽ പറയുന്നതു എന്ത്? ഇപ്പോഴും നിങ്ങൾ തിരിച്ചറിയുന്നില്ലയോ? അയ്യായിരം പേർക്കു അഞ്ചു അപ്പം കൊടുത്തിട്ടു എത്രകൊട്ട എടുത്തു

എന്നും നാലായിരംപേർക്ക് ഏഴ് അപ്പം കൊടുത്തിട്ടു എത്ര വട്ടി എടുത്തു എന്നും ഓർക്കുന്നില്ലയോ?"

വേലുവും ദരസമ്മയും നെഞ്ചത്തടിച്ച് കരഞ്ഞ് എത്തി. കണ്ണുകൾതുറന്നുപിടിച്ച് വെളിപ്പെടുന്ന ജ്ഞാനശീലനെ അതൊന്നും തെല്ലും പരിഗണിക്കാതെ ചുമട്ടുതൊഴിലാളികളും അപ്പനും അമ്മയും അടങ്ങുന്ന പുരുഷാരം, വിളിച്ചുവരുത്തിയ അമ്പാസിഡർ കാറിൽ ബാലരാമപുരത്തേക്കു കൊണ്ടുപോയി.

ബാലരാമപുരത്ത് പുനരധിവസിപ്പിക്കപ്പെട്ട മത്സ്യത്തൊഴിലാളികളാണ് ഏറെയും. അവരുടെ പള്ളിയായ സെന്റ് തോമസ് ബസലിക്കയിൽ മറ്റനേകം പേർക്കൊപ്പം ചങ്ങലയിൽ ബന്ധിക്കപ്പെട്ട നിലയിൽ ജ്ഞാനശീലൻ കിടന്നു.

ദൈവത്തിനല്ലാതെ മറ്റാർക്കും ഭേദമാക്കാൻ കഴിയാത്ത കൊടിയ അസുഖം മകന് ബാധിച്ചു എന്ന കാര്യത്തിൽ വേലുവിനും ദരസമ്മയ്ക്കും ഒരു സംശയമുണ്ടായിരുന്നില്ല.

ദൈവം മാത്രമേ അത്ഭുതങ്ങൾ പ്രവർത്തിക്കാൻ പ്രാപ്തനായുള്ളൂ വെന്ന് തിരുവെഴുത്തുകളിൽ നിന്ന് അവർക്ക് ബോദ്ധ്യമായിരുന്നു. അഞ്ചു നേരത്തെ പ്രാർത്ഥനയും മൂന്നു നേരത്തെ ഭക്ഷണവുമായിരുന്നു ഒരുദിവസത്തെ കരുതൽ.

ഒരു വേനലും രണ്ടു മഴക്കാലവും കടന്നുപോയി.

പള്ളിമുറ്റത്തെ വെള്ളക്കെട്ടുകളിൽ പള്ളിയുടെ തലകീഴായ ചിത്രം കണ്ട് ജ്ഞാനശീലൻ പറഞ്ഞു.

"എല്ലാം നേരെയായിരിക്കുന്നു. എന്റെ ദിനങ്ങൾ വന്നുചേർന്നിരിക്കുന്നു."

പ്രഭാതകാല പ്രാർത്ഥനയ്ക്കെത്തിയ പുരോഹിതൻ ജ്ഞാനശീലന്റെ തലയ്ക്കു ചുറ്റുമുള്ള പ്രകാശവലയം കണ്ടു. കൂപ്പുകൈകളോടെ പ്രാർത്ഥനകൾ ഉരുവിട്ടു. മുട്ടുകുത്തി കണ്ണുകളെ അടച്ചു. ജ്ഞാനശീലന്റെ കണ്ണുകൾ പ്രകാശിച്ചു.

അവൻ അരുളിച്ചെയ്തു.

"അനന്തരം ഒരു ദൂതൻ അഗാധത്തിന്റെ താക്കോലും ഒരുവലിയ ചങ്ങലയും കൈയിൽപ്പിടിച്ചുകൊണ്ട് സ്വർഗ്ഗത്തിൽ നിന്നും ഇറങ്ങുന്നതു ഞാൻ കണ്ടു. അവൻ പിശാചും സാത്താനും എന്നുള്ള പഴയ പാമ്പായ മഹാസർപ്പത്തെ പിടിച്ചു ആയിരം ആണ്ടേക്കു ചങ്ങലയിട്ടു. ആയിരം ആണ്ടു കഴിയുവോളം ജാതികളെ വഞ്ചിപ്പാതിരിപ്പാൻ അവനെ അഗാധത്തിൽ തള്ളിയിട്ടു അടച്ചുപൂട്ടുകയും മീതെ മുദ്രയിടുകയും ചെയ്തു. അതിന്റെ ശേഷം അവനെ അല്പകാലത്തേക്ക് അഴിച്ചുവിടേണ്ടതുമാകുന്നു."

പ്രാർത്ഥനയിൽനിന്നും ഉണർന്ന പുരോഹിതൻ ജ്ഞാനശീലന്റെ കണ്ണുകളിലേക്ക് ഉറ്റുനോക്കി. അവന്റെ ചുമലിൽ കൈവെച്ചു. തന്നോടു

ചേർത്തു നിർത്തി പറഞ്ഞു.

"മകനേ നിന്നെ മൂടിയിരുന്ന കറുത്ത മേഘങ്ങൾ അകന്നു പോയി
രിക്കുന്നു. കർത്താവിനു നിന്നോടു കരുണ തോന്നിയിരിക്കുന്നു. നിന
ക്കിപ്പോൾ ഒരുകുഴപ്പവും ഞാൻ കാണുന്നില്ല. നിന്റെയൊപ്പം ദൈവ
ത്തിന്റെ അനുഗ്രഹമുണ്ടാവും. സദാസമയവും."

ബാലരാമപുരത്തേക്കു ജ്ഞാനശീലൻ വന്നുചേർന്ന അമ്പാസി
ഡർകാറിൽത്തന്നെ അവൻ വീട്ടിലേക്കും മടങ്ങി.

അവനെ കൂട്ടിപ്പോയവർക്കൊപ്പം യേശയ്യനുണ്ടായിരുന്നു.

വേലുവിന്റെ വീടിനു ചുറ്റും കടകളാണിപ്പോൾ. സോഡാ, നാരങ്ങ,
നറുനീണ്ടി സർബത്ത്, മോര് തുടങ്ങിയ പാനീയങ്ങൾ നിരത്തിവച്ച മേശ.
ഒരു കസേര. ഓലകൊണ്ടു മറച്ച മേല്ക്കൂര. ചായക്കടകളിലെ കണ്ണാടി
ത്തട്ടിൽ വാഴയ്ക്ക അപ്പം, പഴക്കേക്ക്, മോദകം, പരിപ്പുവട, ഉഴുന്നുവട
കാരാവട എന്നീ എണ്ണപ്പലഹാരങ്ങൾ ചുട്ടടുക്കിയിട്ടുണ്ടാവും. ഇവയെല്ലാം
അന്നന്നുണ്ടാക്കി വില്ക്കുന്നതാണെങ്കിൽ മാസങ്ങളോളം സൂക്ഷിക്കാ
വുന്ന പലഹാരങ്ങളുണ്ട്. പക്കാവട, ഡയമണ്ട് കട്ട്, മധുരസേവ തുടങ്ങി
യവ എപ്പോഴും ലഭ്യമായിരിക്കും. രാവിലെ ദോശ വേവുന്നതിന്റെയും
ഗോതമ്പുപുട്ടിൽ ആവി തട്ടുന്നതിന്റെയും ഗന്ധം ആളുകളിൽ വിശപ്പു
ണർത്തും. ഇതിനെല്ലാം പുറമെ എല്ലാ കടകളിലും കുപ്പിയിൽ നിറച്ച
വെളിച്ചെണ്ണയും തോർത്തും കുളിസോപ്പും നിരത്തിവച്ചിരിക്കും.

സന്ദർശകരെ നിയന്ത്രിക്കാൻ വേലു തന്റെ ബന്ധുക്കളെ ഏർപ്പാ
ടാക്കി.

ബാലരാമപുരത്തുനിന്നും എത്തുമ്പോൾ ജ്ഞാനശീലന്റെ തലയ്ക്കു
ചുറ്റും നിലനിന്നിരുന്ന പ്രകാശവലയത്തിന് ഇപ്പോൾ അതീവ ശോഭ
കൈവന്നിരുന്നു.

വേലുവിന്റെ ഓലവീട് അങ്ങനെതന്നെ നിലനിർത്തി. അവിടെ ജ്ഞാ
നശീലനെ കുടിയിരുത്തി. ചെമ്പഴന്തി ശ്രീനാരായണ ഗുരുകുലം പോലെ
തറയും ചുമരും ചാണകംകൊണ്ടു മെഴുകി. പ്രധാന മുറിയിൽ ജനാല
കൾക്കുപകരം മരയഴി മാത്രമാണുണ്ടായിരുന്നത്. ആ മുറിയിലേക്ക് പ്രകാ
ശത്തിന് പരിമിതമായ അനുമതിയേ ലഭിച്ചിരുന്നുള്ളൂ. തറയിൽ തൂവെള്ള
തുണിവിരിച്ച് അതിന്മേൽ ഒരു പീഠത്തിൽ ജ്ഞാനശീലൻ ഇരുന്നു. രണ്ടു
വലിയ മെഴുകുതിരികൾ സദാ എരിഞ്ഞു.

ഓരോരുത്തരെയായി മാത്രമേ കടത്തിവിട്ടിരുന്നുള്ളൂ.

അകത്ത് എത്തുന്നയാൾ ജ്ഞാനശീലനുമുന്നിൽ ഇരിക്കണം.

"എന്താ പ്രശ്നം?"

സന്ദർശകർ ദുഃഖഭാണ്ഡം അഴിക്കും.

ക്ഷമയോടെ കേൾക്കും. എല്ലാത്തിനും പരിഹാരമുണ്ടാകും.
നിത്യവും പ്രാർത്ഥിക്കണം.

സന്ദർശകർ തങ്ങൾ കൊണ്ടുവന്ന ഒരു കുപ്പി വെളിച്ചെണ്ണയും

പൊതിയും ജ്ഞാനശീലനുമുന്നിൽ മെല്ലെ വയ്ക്കും. അയാൾ പൊതി തുറന്ന് ഒരു തോർത്തും ഒരു സോപ്പും എടുക്കും. അതിൽനിന്നും ഒരു തോർത്തും സോപ്പും മാറ്റിവയ്ക്കും. കൈകൾ അതിന്മേൽ അമർത്തി കണ്ണുകളടച്ച് പ്രാർത്ഥിക്കും. കുപ്പിതുറന്ന് ഒരുകുടന്ന എണ്ണ കൈയിൽ ഒഴിച്ച് സന്ദർശിക്കുന്ന ആളിന്റെ തലയിൽ പൊത്തും.

ഉച്ചിയിൽ കൈവച്ച് പ്രാർത്ഥിക്കും.

ബാക്കി എണ്ണ സമീപത്തു വച്ചിട്ടുള്ള അണ്ടാവിലേക്ക് ഒഴിക്കും.

പോകാനായി എഴുന്നേല്ക്കുമ്പോൾ, ജപിച്ച ഒരു കുപ്പി വെള്ളം നല്കും.

ഇരുകൈകളും നീട്ടിവേണം അതു വാങ്ങാൻ.

"ഈ കുപ്പിയിലെ പുണ്യവെള്ളം പത്തു ദിവസം തലയിൽ പൊത്ത ണം. ഒരു ദിവസം ഒരു നേരം. എന്നിട്ട് കണ്ണുകളടച്ച് പ്രാർത്ഥിക്കണം. ഇഷ്ടമുള്ള ഏതു ദൈവത്തെയും പ്രാർത്ഥിക്കാം. പ്രാർത്ഥന കഴിഞ്ഞ് മുങ്ങിക്കുളിക്കണം. എല്ലാ രോഗങ്ങൾക്കും എല്ലാ പ്രശ്നങ്ങൾക്കും അതോടെ പരിഹാരമുണ്ടാവും."

ദക്ഷിണ ഇല്ല.

ഭണ്ഡാരത്തിൽ ഇഷ്ടമുള്ളത് നിക്ഷേപിക്കാം. എന്നിട്ടും ഭണ്ഡാരം ദിവസവും നിറഞ്ഞു. തുക എണ്ണിത്തിട്ടപ്പെടുത്തി വേലു സ്റ്റേറ്റ്ബാങ്കിൽ നിക്ഷേപിച്ചു. കാട്ടുമ്പുറമാകെ ഉണർന്നു. ജ്ഞാനശീല സിദ്ധനെ ചുറ്റി പ്പറ്റി വ്യാപാരകേന്ദ്രം പിറന്നു.

നാട്ടിലെങ്ങും സിദ്ധന്റെ കീർത്തി വ്യാപിച്ചു. കുശുമ്പുകാരൊഴികെ മുഴുവൻ നാട്ടുകാരും ഓരോ പ്രശ്നങ്ങളുമായി സിദ്ധനെ കണ്ടു. അയാ ളുടെ തലയ്ക്കു ചുറ്റുമുള്ള പ്രകാശവലയം കണ്ട് അവർ അത്ഭുതപ്പെട്ടു. ജ്ഞാനശീലോ എന്ന നീട്ടിവിളിയും അതിനു പിന്നിലെ ചെറുക്കനും വി സ്മൃതിയിലേക്ക് പോയി.

പകരം വെള്ളത്തുണിയിലെ പീഠത്തിൽ ധ്യാനനിരതനായി ഇരി ക്കുന്ന സിദ്ധന്റെ തേജോരൂപവും പരിസരമാകെ പരക്കുന്ന വെളിച്ചെണ്ണ യുടെയും ചന്ദനത്തിരിയുടെയും ഗന്ധവും തെളിഞ്ഞു.

പരിചയക്കാരായ മനുഷ്യരും അപരിചിതമനുഷ്യരും ധ്യാനവേളയിൽ ഒരുപോലെ.

നിർവ്വികാരമായ മുഖം.

മസൃണമായ ചോദ്യം. കൃത്യമായ പരിഹാരം.

ചെകിടൻ കേട്ടു.

മുടന്തൻ നടന്നു.

ത്വക്ക് രോഗം ശരിപ്പെട്ടു.

മുടങ്ങിയ വിവാഹം നടന്നു.

ബാങ്ക് വായ്പ തരപ്പെട്ടു.

പ്രണയസാഫല്യത്തിൽ കമിതാക്കൾ കരഞ്ഞു.

കണ്ണോട്ടുകോണം ഏലായിലെ നടവരമ്പും കുറുവരമ്പുകളും വർദ്ധി ച്ച ജനാവലിയുടെ പാദസ്പർശങ്ങളിൽ താണു. വളരിപ്പുല്ലും മുട്ടുപുല്ലും

കരിഞ്ചീരയും അരിപ്പുല്ലും വളർന്ന് ഊടും പാവുംതീർത്ത പുല്മെത്ത
യിൽ ചവിട്ടുപാടുകൾ ദിനവും തെളിഞ്ഞുതെളിഞ്ഞുവന്നു.

എല്ലാ വരമ്പുകളിലൂടെയും എവിടെനിന്നും ആളുകൾ പ്രത്യക്ഷ
പ്പെട്ടു.

ചെമ്പഴന്തിറോഡിലൂടെ വന്ന് വെഞ്ചാവോട് കുളംചുറ്റി കാട്ടുമ്പുറ
ത്തെ വേലുവിന്റെ വീട്ടിലേക്ക് ദുഃഖാർത്തരും ആലംബഹീനരുമായ പുരു
ഷാരം നടന്നെത്തി.

മാത്തിടവഴി ഇറങ്ങി മാത്തിക്കുളത്തിന്റെ കൈത്തോടിലൂടെ നടന്ന്
ഒടുവിൽ മാത്തിലെ യജമാനന്റെ കൊച്ചുമകളും അവളുടെ മകളും
ജ്ഞാനശീലസിദ്ധനെ കാണാനെത്തിയത് വലിയ വാർത്തയായി.

കൈകളിൽ വെളിച്ചെണ്ണ നിറച്ച കുപ്പിയും പൊതിക്കെട്ടുമായി വരിവ
രിയായി നടന്നുപോകുന്ന മനുഷ്യൻ നിത്യകാഴ്ചയായി.

കൗതുകം അകന്നു.

പത്തിൽ തോറ്റ അപ്പന്റെ ശകാരത്തിൽ മനംനൊന്ത് നടവരമ്പിൽ
പുല്ലുപറിക്കാനിരിക്കുമ്പോൾ യേശയ്യൻ മാത്തിക്കുളത്തിലേക്കുള്ള വഴി
യിൽ അടുത്തെത്തി.

"തോറ്റല്ലേ? അപ്പൻ പറയണകേട്ടു. കോലി കളിച്ച് സമയം കളഞ്ഞ്.
ഇനീം എഴുത്. ജയിക്കും."

മറുപടി പറയാതെ പുല്ലുപറി തുടർന്നു.

അപ്പോഴും വെളിച്ചെണ്ണക്കുപ്പികളുമേന്തി ഏതാനുംപേർ നടന്നുവന്നു.

"ജ്ഞാനശീലനെന്തരുപറ്റി. വട്ടിനു ചികിത്സിച്ചപ്പോ കുടിയാ."

"എന്റപ്പീ എനിക്ക്... സംശയം വട്ട് അവനാ നാട്ടുകാർക്കാണാ..
പോണ കണ്ടില്ലേ കുപ്പീം പിടിച്ച്. പിന്നെ പോട്ട്. പോയി പെലയന്റെ
വെള്ളം തീർത്തം പോലെ കുടിക്കട്ട്. പണ്ട് കുടിവെള്ളം കൊടുക്കാ
ത്തെന്റെ കുറ്റം തീരണമല്ല്."

"പറ്റിപ്പാണാ..."

"എന്തരോ..."

"ഇപ്പഴെങ്ങാനും കണ്ടാ അവനെ."

"ആരെ."

"സിദ്ധനെ."

"സിത്തൻ ...... അവൻ പണ്ടേ ഒരു പൊട്ടനാർന്ന്. പള്ളിപ്രാന്ത് മുത്ത
താണ്. ഒന്ന് പെടച്ചാ തീരാനൊള്ളതേയൊള്ളു. പിന്നെ വേലു മാമൻ
കൊറെ ഒണ്ടാക്കട്ട്. ഒരുസം പോയി അവന് ഒന്ന് പൊട്ടിച്ചാലോന്ന് ഒരു
തോന്നലൊണ്ട്."

അധികനാളുകഴിഞ്ഞില്ല.

ഒരുദിവസം യേശയ്യൻ ജ്ഞാനശീലനെ കാണാൻ പോയെന്നും
അതോടെ സിദ്ധന്റെ തലയ്ക്കുചുറ്റുമുണ്ടായിരുന്ന പ്രകാശവലയം മാഞ്ഞു
പോയെന്നും വാർത്തപരന്നു.

പുതിയ നീലക്കുപ്പായവും ധരിച്ച് ആരോടും ഒന്നും പറയാതെ

ജ്ഞാനശീലൻ ചുമടെടുക്കാൻ പോകുന്നതുകണ്ട് ആളുകൾ മൂക്കത്ത് വിരൽ വച്ചു. വേലുവിന്റെ വീടിനു ചുറ്റും മുളച്ച കടകൾ മാഞ്ഞുപോയി. കാട്ടുമ്പുറം പഴയതുപോലെ ആയി. ആളുകൾ ജ്ഞാനശീലനെ കാണാൻ വരിവരിയായി നടന്നുപോയിരുന്ന നടവരമ്പ് ഇന്ന് ടാറിട്ട റോഡായി മാറി യിരിക്കുന്നു.

രാത്രിയുടെ മറവിൽ നിശാജീവികൾ കലപില കൂട്ടി. യേശയ്യൻ നിശ്ശ ബ്ദനായി, കാറ്റായി എന്നെ തഴുകി.

പുലരുവാൻ ഇനിയും നേരെമേറെ ബാക്കി. താണ്ടാൻ വഴികളേറെ യുണ്ട്.

15

മണ്ഡൽ കമീഷൻ

കണ്ണൊട്ടുകോണം ഏലാ, കരിമ്പുംകോണംഏലാ, പെരുംപ്ലാ ക്കോണം ഏലാ, പൗഡിക്കോണം ഏലാ, കീണ്ടൂർ ഏലാ. രാത്രിയുടെ മറവിലും മാഞ്ഞുപോയ ഏലാകളുടെ രചനാ ബാക്കി കാണാം. നിലവി ളികേൾക്കാം.

ജനകീയാസൂത്രണകാലത്തു നടവഴികൾ റോഡായി മാറിക്കഴിഞ്ഞി രുന്നു.

"വഴി ഓർമ്മയുണ്ടോ?" യേശയ്യൻ ചോദിക്കുന്നു.

ഓർമ്മയുടെ ഇരുൾ മുറികളുടെ പാളികൾ മെല്ലെ തുറക്കുന്നു.

ഒരു തുണ്ടു വെട്ടം.

പാർലമെന്റ് തെരഞ്ഞെടുപ്പുകാലം.

മണ്ഡൽ കമീഷൻ റിപ്പോർട്ടും പിന്നോക്ക സമുദായങ്ങൾക്കുള്ള സംവരണവും തെരുവുകലാപങ്ങളും മന്ത്രിസഭാ തകർച്ചയും ചർച്ചചെ യ്യപ്പെട്ട തെരഞ്ഞെടുപ്പ്. തൊഴിലാളി സംഘടനകൾ തെരഞ്ഞെടുപ്പിൽ സജീവമായി ഇടപെട്ട കാലം. സർക്കാർ ജീവനക്കാർ രാഷ്ട്രീയവിലക്കു കൾ രഹസ്യമായി മറികടന്ന് ട്രേഡ് യൂണിയനുകൾക്കൊപ്പം ചേർന്നു. സമാന്തരമായി ഷാഡോ കമ്മിറ്റികൾ. രഹസ്യമായ തിരഞ്ഞെടുപ്പ് കൺവൻഷനുകൾ. പാർലമെന്റ് മണ്ഡലം കൺവൻഷൻ. നിയമസഭാ മണ്ഡലം കൺവൻഷൻ. പഞ്ചായത്ത് കൺവൻഷൻ യേശയ്യനെ കൺവീ നറായി തെരഞ്ഞെടുത്തു. സെക്രട്ടേറിയറ്റ് ജീവനക്കാരുടെ സംഘടനാ നേതാവ് യേശയ്യൻ.

ബൂത്ത് തല കൺവൻഷനുകൾ ഉടൻ വിളിച്ചു ചേർക്കണം.

നാലു വാർഡുകളുടെ ചുമതല.

പഞ്ചായത്തിന്റെ വടക്കേയറ്റത്തെ കുന്നിൻ പ്രദേശങ്ങൾ. മാങ്ങാട്ടു കോണം, പൗഡിക്കോണം, ചെങ്കോട്ടുകോണം, മലപ്പിരിക്കോണം.

"എങ്ങനെ സഖാവേ... എനിക്കിവിടെ ഒരു പരിചയോല്ല."

"നീ പേടിക്കണ്ട ഞാങ്കുടെ വരാം. എനിക്ക് ചെലരെയറിയാം. പതു ങ്ങിയിരിക്കുന്നവമ്മാരെ ചെവീതുക്കിയെടുക്കണം. അതാണ് ആദ്യപണി. പിന്നെ വരട്ട് നമുക്ക് നോക്കാം."

ചുമതലയുള്ളതിൽ മൂന്നിടത്ത് ബൂത്ത് കമ്മിറ്റികൾ വന്നു. പ്രവർത്ത കരുണ്ടായി. കാമ്പയിനുകൾ സജീവമായി. പൗഡിക്കോണത്ത് കമ്മിറ്റി യുണ്ടാക്കാൻ പ്രവർത്തകരില്ല. യേശയ്യൻ എല്ലാ ബൂത്തുകമ്മിറ്റികളിലും പങ്കെടുത്തു. വോട്ടർപട്ടിക എത്തിച്ചു. വെരിഫിക്കേഷൻ ഫാറം എത്തി ച്ചു. പത്തുദിവസത്തിനകം റിപ്പോർട്ട് നല്കണം. എൽ ഡി എഫ് എത്ര? യു ഡി എഫ് എത്ര? ബി ജെപി എത്ര? നിഷ്പക്ഷരെത്ര? മരിച്ചവർ എത്ര? സ്ഥലത്തില്ലാത്തവർ എത്ര?

"ദിവസങ്ങളില്ല. കാര്യങ്ങൾ ചടപടാന്ന് നീങ്ങണം." യേശയ്യൻപറ ഞ്ഞു. "നമ്മുടെ സന്ദേശം വീടുവീടാന്തരം എത്തണം. മണ്ഡൽ കമീ ഷൻ പ്രശ്നത്തെ അനുകൂലിക്കുന്നവരും എതിർക്കുന്നവരുമുണ്ടാകും. ആളും തരവും നോക്കി കാര്യങ്ങൾ അവതരിപ്പിക്കണം. സംവരണ വിരു ദ്ധരോട് കർപ്പൂരി താക്കൂർ ഫോർമുലയാണ് ഇടതുപക്ഷത്തിന്റെ നില

പാടെന്നറിയിക്കണം."

കമ്മിറ്റിയിൽ വേറെ യേശയ്യനാണ്. ചിരിയില്ല. കളിയില്ല. സദാ ഗൗരവം. സംസാരം ട്രേഡ് യൂണിയൻ ഭാഷയിലാവും. നാലുബൂത്തു കൾ ഏറ്റു. മൂന്നിടത്തും കമ്മിറ്റി വന്നു. പൗഡിക്കോണത്ത് കമ്മിറ്റിയു ണ്ടാക്കാൻ കഴിയാത്ത കാര്യം റിപ്പോർട്ട് ചെയ്തപ്പോൾ യേശയ്യന്റെ വിധം മാറി.

"ഇനിയെന്ന്? തിരഞ്ഞെടുപ്പ് തീയതി അടുത്തു. ആപ്പീസിലെപ്പോലെ ചട്ടപ്പടിപ്പണി ഇവിടെ നടക്കൂല്ല സഖാവേ. എറങ്ങിച്ചെല്ലണം. നടക്കണം. വെയർക്കണം. അവിടമാത്രം എങ്ങനെ പ്രവർത്തകരില്ലാതെപോയി? സഖാവ് കുറേക്കൂടി ഉണർന്നു പ്രവർത്തിക്കണം. ആരേം കിട്ടീല്ലെങ്കി പ്പറ ഞാൻ വരാം."

കലികയറുന്നുണ്ടായിരുന്നു. എല്ലാം അറിയാമായിരുന്നിട്ടും ഒരു തട്ടി ക്കയറ്റം.

"എന്നാ സഖാവു കൂടിവാ."

"ഞാൻ വരാം. എന്നെന്നുപറ."

"ശനിയാഴ്ച. പതിമൂന്നാം തീയതി."

കമ്മിറ്റി കഴിഞ്ഞിറങ്ങുമ്പോ യേശയ്യൻ അടുത്തുവന്നു. മൈൻഡ് ചെയ്തില്ല.

"ദേഷ്യപ്പെടെണ്ടടേ.... കമ്മിറ്റിയാവുമ്പം അല്പം കടുപ്പിച്ചില്ലെങ്കി മറ്റെള്ളവമ്മാരു വിചാരിക്കും നമ്മളുതമ്മിലുള്ള ഇരുപ്പുവശം കൊണ്ടാ ണെന്ന്. നീ പേടിക്കണ്ട ഞാനുംവരാം."

ബജാജ് ചേതക്കായിരുന്നു അപ്പോഴത്തെ വാഹനം. ചെക്കാലമുക്ക് പണ്ട് ചക്കാലരുടെ വാസസ്ഥലമായിരുന്നു. അവർ ഉപേക്ഷിച്ചു പോയ ചക്ക് ഇപ്പോഴുമുണ്ട്. അതിന്മേലാണ് യേശയ്യന്റെ ഇരിപ്പ്. മുണ്ടുമടക്കി ക്കുത്തി കാലുകൾ ചരിഞ്ഞ ചക്കിന്റെ ആട്ടുകുഴിയിലുറപ്പിച്ച് ഗാംഭീര്യ ത്തോടെ. അടിവസ്ത്രം പുറത്തുകാണാം.

സ്കൂട്ടർ നിർത്തി. ഒരുകാൽ ബ്രേക്കിലും മറ്റേക്കാൽ തറയിലുമൂന്നി നിന്നു. സ്കൂട്ടർ അല്പം ചരിച്ച് കയറാൻ സൗകര്യമൊരുക്കി. പുറകിലെ സ്റ്റെപ്പിനി കാരണം കയറാൻ തടസ്സമുണ്ട്.

"കേറ്."

യേശയ്യൻ കാല് വീശി പുറകിൽ കയറി. അള്ളിപ്പിടിച്ചിരുന്നു. വേഗതകൂട്ടി.

"പതുക്കെവിട്. പരീക്ഷയൊന്നും എഴുതണ്ടല്ല്. വല്ലടത്തും വിഴുന്ന് കെടന്നാ പണിയാവും."

"അവിടെ ചുമ്മാതിരി. കൊറെക്കാലമായിട്ട് എന്റെ പൊറകെത്തൂ ങ്ങിയിറ്റ്. കൊഴപ്പമൊന്നും ഇതുവരെപ്പറ്റീല്ല്."

കരിയം പിന്നിട്ട് കിഴവൻ ആൽമരത്തിന്റെ ഉണങ്ങിത്തുടങ്ങിയ ശിഖ രങ്ങൾക്കു കീഴിലൂടെ ഞങ്ങൾ പാഞ്ഞു. പഞ്ചായത്ത് ഓഫീസ് മന്ദിരവും ദേവീക്ഷേത്രവും പിന്നിട്ട് വട്ടവിളയെത്തി. അവിടെ ഒരാളെ കാണാൻ

യേശയ്യനിറങ്ങി.

"ഇപ്പംവരാം. എഞ്ചിനാഫക്കണ്ട."

റോഡുമുറിച്ചു കടന്ന് ഇടവഴിയിലിറങ്ങി യേശയ്യൻ അപ്രത്യക്ഷ നായി. പത്തുമിനിറ്റു കഴിഞ്ഞിട്ടുണ്ടാവണം യേശയ്യൻ എത്തിയില്ല. സ്കൂട്ടർ ഓഫാക്കി. കുറേശ്ശെ കലികയറിത്തുടങ്ങി. ഇയ്യാളിതെവിടെ പ്പോയി? പോയതിനെക്കാൾ സ്പീഡിലായിരുന്നു മടങ്ങിവരവ്. മുണ്ട് കയ റ്റിക്കെട്ടിയിരിക്കുന്നു. കാലുകൾ നീട്ടിവച്ച് നടക്കുന്നു. റോഡ് മുറിച്ചുക ടന്ന് സ്കൂട്ടറിനരികിലെത്തി.

"ഇപ്പം എത്താമെന്നുപറഞ്ഞിറ്റ് സമയം എത്രയായെന്നറിയാമോ?"

"ഓ തന്നടേ...സമയം കൊറച്ചായി. നമ്മള് മാത്തരം പോരല്ല. ഓരോ രുത്തന്മാരെ രംഗത്തെറക്കാൻ പെടുന്ന പാട്. ഡി എച്ച് എസ് ബ്രാഞ്ചിലെ ഒരുത്തനൊണ്ടല്ല. ആ തടിയൻ. ഒറച്ച് മുദ്രാവാക്യം വിളിക്കുന്നവൻ.. അവന്റമ്മേടെ പെലവളിക്ക് പോണംപോലും... മൈര്...നമ്മക്ക് മാത്തരം ഒരു ചെരപ്പുമില്ലാത്ത പോലെ. നീ വിട് ഒരുത്തനും ഇല്ലെങ്കി വേണ്ട. നമ്മക്ക് അങ്ങ് എറങ്ങാം."

ഒന്നും മിണ്ടാതെ സ്കൂട്ടർ സ്റ്റാർട്ടാക്കി. സൊസൈറ്റി മുക്കിൽ ഇല ക്ഷൻ കമ്മറ്റി ഓഫീസിനു മുന്നിൽ നിർത്തി. യേശയ്യൻ കമ്മറ്റി ആഫീ സിനകത്തുകയറി. താല്കാലിക ഓല ഷെഡ്ഡാണ്. ഒരു മേശയും നാലഞ്ചു ചുവന്ന കസേരകളുമുണ്ട്. ഒരാൾ ഇരിപ്പുണ്ട്. സ്കൂട്ടർ ഒരറ്റത്തേക്ക് മാറ്റി സ്റ്റാന്റിട്ടു. ബൂത്താഫീസിലേക്ക് നടന്നു.

യേശയ്യൻ വരവിന്റെ ഉദ്ദേശ്യം അറിയിച്ചു.

"ടി യു സ്ക്വാഡാണല്ലോ? രണ്ടുപേരേയൊള്ളാ..."

"ഞങ്ങള് തൊടങ്ങിവയ്ക്കാം. ചെലര് പിന്നെ വന്നെത്തും. എവിടന്ന് തൊടങ്ങണം. സഖാവ് പറ."

അയാൾ ഞങ്ങൾ പോകേണ്ട ഇടം അടയാളപ്പെടുത്തി. നിർദ്ദേശ ങ്ങൾ നല്കി.

"നിങ്ങള് പരിചയമില്ലാത്തവരായൊണ്ട് അവര് ചെലപ്പം തൊറന്ന് പറയും. നമ്മക്കത്ര സ്വാധീനമില്ലാത്ത മേഖലയാണ്. സ്ഥാനാർത്ഥിക്ക് കിട്ടിയ സ്വീകരണം പോരേര്ന്ന്. കിട്ടണ വിവരം നോട്ടുചെയ്യണം. പോവുമ്പം തന്നിറ്റ്പോകാൻ മറക്കരുത്."

സ്ക്വാഡു പ്രവർത്തനം തുടങ്ങുമ്പോൾ മണി പതിനൊന്നായി. പ്രാദേശിക സ്ക്വാഡുകൾ രണ്ടോ മൂന്നോ ഇതിനകം ഗൃഹസന്ദർശനം നടത്തിക്കഴിഞ്ഞിരിക്കുന്നു. സ്ഥാനാർത്ഥിയുടെ അഭ്യർത്ഥന, മുന്നണി യുടെ അഭ്യർത്ഥന എന്നിവ മുറ്റത്തുപേക്ഷിച്ച രീതിയിലോ ചുരുട്ടിയെ റിഞ്ഞ അവസ്ഥയിലോ പലയിടത്തും കണ്ടു.സ്വാധീനത്തിന്റെ ഏറ്റക്കുറ ച്ചിലുകൾ വേഗത്തിൽ മനസ്സിലായി.

രണ്ട് അപരിചിതരെകണ്ട് വീട്ടമ്മമാർ അന്തംവിട്ടു നിന്നു.

"എന്തരു വേണം?"

യേശയ്യൻ ഏറ്റെടുത്തു.

"എലഷനല്ലേ ചേച്ചി. കണ്ട് വർത്തമാനം പറയാമെന്ന് കരുതി വന്നത്..."

"ഇവിടെയെങ്ങും മുമ്പ് കണ്ടിറ്റില്ലല്ല, പിള്ളേ?"

"ഇവിടെ അടുത്തക്കത്തന്ന. യൂണിയൻകാരാ."

"ഏതു മുക്കില്."

അവർക്ക് ഒറ്റയൂണിയനേ അറിയൂ. ചുമട്ടുതൊഴിലാളി യൂണിയൻ.

"ആപ്പീസില് ജോലി ചെയ്യണവരുടെ യൂണിയൻ."

"കയറി ഇരിക്കീം..."

"വേണ്ട."

നിന്നുകൊണ്ടുതന്നെ യേശയ്യൻ തെരഞ്ഞെടുപ്പിന്റെ രാഷ്ട്രീയപ്രാ ധാന്യം വിശദീകരിച്ചു.

അവർ എല്ലാം തലകുലുക്കി കേട്ടു.

"അപ്പം പറഞ്ഞപോലെ. ചിഹ്നം മറക്കല്ലേ."

"ഇല്ലപ്പീ ഇല്ല. നമ്മള് പണ്ടേ ഈ പാർട്ടി തന്ന."

യേശയ്യന്റെ മുഖം വിടർന്നു.

"നമ്മള ഒറ്റാണെടേ... ....അവട ഗുരുന്റെ പടമിരിക്ക്ണ്."

പല വീടുകൾകയറി. സമ്മിശ്രപ്രതികരണം.

ഒരേ സർക്കാരിന് ഇടതുപക്ഷവും ബി ജെ പിയും പിന്തുണ നല്കിയ സാഹചര്യം, സാമ്പത്തിക നയത്തിലെ പ്രകടമായ മാറ്റമില്ലായ്മ, മണ്ഡല് കമീഷൻ റിപ്പോർട്ട്, അത് സവർണ്ണ സമുദായങ്ങളിൽ സൃഷ്ടിച്ച ഉത്ക്കണ്ഠ, സംവരണ വിരുദ്ധ പ്രക്ഷോഭങ്ങൾ ജനമനസ്സുകളിലുണ്ടാ ക്കിയ ചേരിതിരിവ്, ജാതിരാഷ്ട്രീയത്തിന്റെ ഉദയം, രാഷ്ട്രീയ അനിശ്ചി താവസ്ഥ. ഇങ്ങനെ പറഞ്ഞു ഫലിപ്പിക്കാൻ പ്രയാസമുള്ള നിരവധി വിഷ യങ്ങൾ പ്രവർത്തകരെ കുഴക്കി. ഒരുതരം സർക്കസ്സുകളിയായി കാമ്പ യിൻ മാറി. എല്ലാകാര്യവും എല്ലാരോടും പറയണ്ട. എന്നാൽ ചിലത് ചില രോടുപറയണം. ഇടവും ആളും പരിചിതമല്ലാത്തതിനാൽ പലവീടുക ളിലും അബദ്ധങ്ങൾ ഞങ്ങളെ കാത്തിരുന്നു.

പഴയ ഒരു വീടായിരുന്നു അത്.

പുത്തൻ ഓലമേഞ്ഞിരിക്കുന്നു. പഴയോലകൾ ഒരു തട്ടിന്മേൽ അ ടുക്കിവച്ചിട്ടുണ്ട്. മുറ്റത്തെല്ലാം ദ്രവിച്ചു വീണ പഴയോലകളുടെ ചെറിയ കഷണങ്ങൾ കാറ്റത്തിളകി.

മുറ്റത്തെ കിണറിന്റെ പാതയം ഇടിഞ്ഞിരിക്കുന്നു. കപ്പി കാണാനി ല്ല. ചവിട്ടുതടിയിൽ കയറുരഞ്ഞ് ചാലുകൾ വീണിരിക്കുന്നു. കലങ്ങളും ചട്ടികളും കഴുകിക്കമഴ്ത്തി തിണ്ണമേൽ വച്ചിട്ടുണ്ട്. പുറത്താരെയും കണ്ടില്ല.

യേശയ്യൻ വാതിലിൽ മുട്ടി.

അല്പസമയം കഴിഞ്ഞു. അകത്ത് കാൽപ്പെരുമാറ്റം കേട്ടു. വാതില് തുറന്ന് വൃദ്ധ പുറത്തുവന്നു.

"മ്ഁ...."

"ഓട്ട് ചോദിച്ച് വന്നതാണ്."

"വരീം... കേറിയിരിക്കീം." അകത്ത് കയറാൻ കിട്ടിയ അവസരം ഉപയോഗപ്പെടുത്തണമല്ലോ.

ഞങ്ങൾ അകത്തുകയറി. ചൂരൽ വരിഞ്ഞ കസേരകളുടെ മദ്ധ്യഭാ ഗത്ത് വലിയ തുളകൾ വീണിരിക്കുന്നു. അരികുപറ്റി ഇരുന്നു. ചുമരിലെ കലണ്ടറിൽ രൗദ്രകാളി. ഗാന്ധി–നെഹ്റു–പട്ടേൽ ത്രയത്തിന്റെ മങ്ങിയ ഫോട്ടോ ഫ്രെയിംചെയ്ത് തൂക്കിയിട്ടുണ്ട്. ഞാണ്ടൂർക്കോണം ഫാർമേഴ്സ് സഹകരണ സംഘത്തിന്റെ കലണ്ടറിൽ നിരവധി പെൻസിൽ എഴുത്തു കൾ.

"കുടിക്കാൻ ഇത്തിരി മോരെടുക്കട്ടാ.."

"ഓ.."

മൺകലത്തിലിരുന്നു തണുത്ത മോരിൽ നാരകത്തിന്റെയും കറി വേപ്പിലയുടെയും ഇലകൾ ചേർത്തിരിക്കുന്നു. നാരകയിലയുടെ മണം പുതിയ ഉണർവ്വു നല്കി. യേശയ്യൻ നേരിട്ടു കാര്യത്തിലേക്കുകടന്നു. വൃദ്ധ ഓരോ വാക്കും ശ്രദ്ധിച്ചുകേട്ടു. വിലക്കയറ്റം, തൊഴിലില്ലായ്മ തുട ങ്ങിയ വിഷയങ്ങളിൽ ഊന്നിയായിരുന്നു സംസാരം. ഇടതുപക്ഷ പിന്തു ണയോടെ മൂന്നാം ശക്തിയെ അധികാരത്തിൽ വരാൻ സഹായിക്കണം. ബദൽ സാമ്പത്തികനയം വരണം.

"അതിനെന്ത്...നാട്ടിനു നല്ലത്. വരട്ട്."

ഇറങ്ങാൻ നേരം അല്പം ശങ്കിച്ച് യേശയ്യൻ മണ്ഡൽ വിഷയം എടു ത്തിട്ടു. "ഇപ്പോഴത്തെ സർക്കാർ മണ്ഡൽകമീഷൻ റിപ്പോർട്ട് നടപ്പിലാ ക്കിയതുവഴി പിന്നോക്ക സമുദായങ്ങൾക്ക് ജോലി സംവരണം കൂടുതൽ ലഭിക്കും. ആദ്യമായാണ് ഇങ്ങനെ പിന്നോക്കക്കാരുടെ കാര്യത്തിൽ ധീര മായ നിലപാട് ഒരു സർക്കാർ എടുക്കുന്നത്."

വൃദ്ധയുടെ മുഖമിരുണ്ടു...

ഞങ്ങൾ അകത്തേക്ക് നോക്കി. നാല് സ്ത്രീകൾ. മുപ്പത്തഞ്ചിനും ഇരുപത്തിയഞ്ചിനും ഇടയിൽ പ്രായംവരും. മുഷിഞ്ഞ വസ്ത്രങ്ങൾ. ദയ നീയാവസ്ഥയിലും തിളങ്ങുന്ന മുഖങ്ങൾ.

"എന്റെ മക്കളാ...നാലുപേരും എം എ കഴിഞ്ഞവർ., ജോലിക്ക് ടെസ്റ്റെഴുതി എഴുതി വയസ്സായിത്തൊടങ്ങി. കെട്ടിച്ചു വിടാൻ കാശില്ല."

അബദ്ധത്തിൽ ചാടിയവിവരം ഞങ്ങളറിഞ്ഞു.

"ഞങ്ങള്, ഇടതുപക്ഷം പറയണത് ആദ്യം തൊഴില് കൂടുതലുണ്ടാ വണമെന്നാണ്. സംവരണം കൊണ്ട് മാത്തരം തൊഴിലില്ലായ്മ തീരൂല്ല. മുന്നോക്ക ജാതിക്കാരില് പിന്നോക്കമായവർക്ക് സംവരണം നല്കണ മെന്നാണ് ഞങ്ങട അഭിപ്രായം."

"നിങ്ങളെന്തരാ ചെയ്യീം..വോട്ടൊക്കെ ഞങ്ങള്ചെയ്യും..."

ചവിട്ടുവഴിയിലൂടെ നടക്കുമ്പോൾ യേശയ്യൻ പറഞ്ഞു:

"നായമ്മാരാണ്... മണ്ഡല് പറഞ്ഞത് മണ്ടത്തരമായി.
ഇനി ആ കേസ് എടുക്കണ്ട."

16

ഷെൽട്ടർ

ഉച്ച കഴിഞ്ഞു.

കാമ്പയിൻ തുടരുകയാണ്. അവസാനിപ്പിച്ച് ബാക്കി വേറൊരു ദിവസം നടത്താമെന്ന നിർദ്ദേശം യേശയ്യൻ തള്ളി. മദ്ധ്യവേനലിലെ മദ്ധ്യാഹ്നം. ചുട്ടു പഴുത്ത ഭൂമി. തെങ്ങുകളിൽ ഓലമടലുകൾ ഒടിഞ്ഞു തൂങ്ങിയിരിക്കുന്നു. വാഴക്കുലകൾ വെള്ളം കിട്ടാതെ നിലംപൊത്തി. പുല്ലു കൾ കരിഞ്ഞുണങ്ങി. കൈത്തോടുകൾ വരണ്ടു. വയലുകളിൽ പച്ചക്ക റിയും മധുരക്കിഴങ്ങും ഇടക്കാലവിളയായി കൃഷിചെയ്യുന്നുണ്ട്. കുളങ്ങ ളിൽ നിന്ന് ചാലുകൾ തെളിച്ചാണ് ജലസേചനം. പുരയിടങ്ങൾ വെട്ടിയി ളക്കി കുംഭത്തടി വച്ചിരിക്കുന്നു. മരിച്ചീനിത്തണ്ടുകൾ ഉണങ്ങിപ്പോകാ തിരിക്കാൻ പ്ലാവിലക്കുമ്പിൽ കമഴ്ത്തിയിരിക്കുന്നു. ചുവട്ടിൽ കരിയില പ്പുത. വെള്ളം കോരിയതിന്റെ അടയാളം.

ഉണങ്ങിയ തോട്ടുവരമ്പിനു മുകളിൽ തെങ്ങിൻതടികൾ ചേർത്തു വച്ച പാലത്തിലൂടെ നടന്നു. കയറ്റമാണ്. ഓലമേഞ്ഞ ഒരു പത്തായപ്പുര. മതിലുകൾ ഇടിഞ്ഞുതീർന്നിട്ടും കൊട്ടിയമ്പലമുണ്ട്. തോട്ടുവരമ്പിൽ നിന്നും വീട്ടിലേക്കു കയറുന്ന വഴി തൂത്തു വൃത്തിയാക്കിയിട്ടുണ്ട്. ഇരു വശങ്ങളിലും വാടാമല്ലികൾ വച്ചുപിടിപ്പിച്ചിട്ടുണ്ട്. നാടൻ ചെമ്പരത്തി ഒന്നു പൂത്തുലഞ്ഞു നില്ക്കുന്നുണ്ട്. കണ്ണുമഞ്ചുന്ന ചുമപ്പ്. ഉണങ്ങിത്തുടങ്ങി തുളസി. ഒരു മന്ദാരം. ഒരു നന്ദ്യാർവട്ടം. ഒരു പവിഴമല്ലി. പുഷ്പങ്ങളിലെ ആഢ്യന്മാർ. പൂജയ്ക്കെടുക്കാത്ത പൂക്കൾ ഒന്നും തന്നെയില്ല. കൊട്ടിയ മ്പലത്തിലെ ഓലകൾ ദ്രവിച്ചുതുടങ്ങിയിരിക്കുന്നു. വീട് ഓലമേഞ്ഞിട്ടി ല്ല. മുറ്റത്ത് കടന്നപ്പോൾ ഒരു നാടൻപട്ടി കുരച്ച് അടുത്ത പറമ്പിലേക്ക് ഓടി. അകത്ത് ഒരാളുണ്ട്. നന്നേ വയസ്സായ ഒരു മനുഷ്യൻ. തല നരച്ചി ട്ടില്ല. ചുളിഞ്ഞു ക്ഷീണിതമായ മുഖത്ത് ഗൗരവം കനത്തുനിന്നു. തുലാ വർഷ മേഘംപോലെ. മുറുക്കാൻ പെട്ടിയിൽ നിന്നും പാക്കെടുത്ത് ചെറിയ

കത്തിക്കൊണ്ട് നുറുക്കി ഒപ്പം പുകയില കഷണം ചേർത്തുവച്ചു. വെറ്റി
ലയിൽ ചുണ്ണാമ്പു പുരട്ടി.

"എന്താ.."

"എലഷൻ..."

"ഓ... കയറിയിരിക്ക്."

"ഇവിടൊള്ളവരല്ല..."

"അത് കണ്ടപ്പഴേതോന്നി..."

"എവിടന്നാ..."

"കൊറച്ചപ്പറത്ത്ന്നാ... ട്രേഡ് യൂണിയൻ സ്ക്വാഡാണ്."

"രണ്ട്പേരേയൊള്ളാ."

"അത്തറീം മതി.അല്ലെങ്കി ആൾക്കാർ സംസാരിക്കാൻ നിന്നു തരൂ
ല്ല."

ഇതിനിടയിൽ പാക്ക് വെറ്റിലയിൽ ചുറ്റി വായ്ക്കുള്ളിലേക്ക് ഇട്ടുക
ഴിഞ്ഞു. ഞങ്ങൾ അകത്തുകയറി. മരക്കസേരകളിലായിരുന്നു. ചുമർ തടി
കൊണ്ടാണ്. തേക്കോ വീട്ടിയോ ആയിരിക്കും. തിരിച്ചറിയാനാവില്ല. കാ
ലംകഴിയുമ്പോൾ തടിയെല്ലാം ഒരുപോലെ. അകത്ത് ആരോ ഉണ്ട്. പാ
ത്രം തമക്കുന്നു.

തൊഴുത്തിൽ നിന്നു മേലിഞ്ഞ പശു ഉച്ചത്തിൽ കരഞ്ഞു. ഉച്ചപ്പങ്ക്
അവൾക്ക് ലഭിച്ചിട്ടുണ്ടാവില്ല. പശു കലികൊണ്ടപ്പോൾ പുല്ലുട്ടിയിൽ ചിക്കി
ചികഞ്ഞു നിന്ന കോഴികൾ പറന്നകന്നു.

കത്തിനില്ക്കുന്ന ചൂടിൽ നിന്നും ഓലമേഞ്ഞ വീടിനുള്ളിലേക്ക് ക
യറിയപ്പോൾ ആശ്വാസമായി. ഉച്ചസൂര്യന്റെ രശ്മികൾ മേച്ചിലോലകളുടെ
വിടവിലൂടെ. കഴുക്കോലുകളും പട്ടിയലുകളും കേടായിട്ടില്ല.

പരിസരവീക്ഷണം കഴിഞ്ഞ് യേശയ്യനു നേരെ നോക്കി. മൗനത്തിൽ
സന്ദേഹപ്പെടവെ യേശയ്യൻ തുടങ്ങി.

വൃദ്ധൻ ശ്രദ്ധിച്ചു കേട്ടു.

"ഇവിടെ പ്രചരണം കൊറവാണ്. വരണവമ്മാര് നോട്ടീസെറിഞ്ഞ്
ഓടിപ്പോവും. തിരിഞ്ഞു നിയ്ക്കൂല. എന്തരെങ്കിലും ചോദിച്ചാ മറുപടി
പറയാൻ ത്രാണിയില്ല. നിങ്ങള് ടിയു രംഗത്ത് നിന്നാവുമ്പോ കാര്യങ്ങള്
പഠിച്ചിറ്റൊണ്ടാവുമല്ല. എല്ലാ വീട്ടിലുംപോണം. കാര്യങ്ങള് പറയണം.
സംഗതി കൊഴപ്പത്തിലേക്കാണ്. ജാതി തിരിവ് ശക്തിപ്പെടുന്നൊണ്ട്.

ഈ സംവരണപ്രശ്നം ഒയത്തീറ്റൊന്നും വലിയകാര്യമില്ല. ഇത്
നമുക്ക് ദോഷം ചെയ്യേ ഒള്ളൂ. തൊഴിലില്ലായ്മയുടെ കാര്യം നിങ്ങള്
ആൾക്കാരോട് പറയണം.ആദ്യം തൊഴിലൊണ്ടാവട്ട്. പിന്നെ പങ്കു
വയ്ക്കുന്ന കാര്യം തർക്കിക്കാം..."

"തൊഴിലുണ്ടാവേം വേണം. ഒള്ളത് സാമൂഹ്യനീതിയുടെയടിസ്ഥാ
നത്തിൽ പങ്കുവയ്ക്കേം വേണം. അല്ലെങ്കി നൂറ്റാണ്ടായി മാറ്റിനിർത്തപ്പെ
ട്ടവരുടെ കാരിയം എന്താവും."

യേശയ്യൻ പതുക്കെ തടുത്തു.

"അതും ശരിതന്നെ. പക്ഷേ, കലക്കമൊണ്ടാക്കിയാ കൊഴയും."

"ഇത്തിരി കൊഴയട്ട്.. കലങ്ങിത്തെളിയുമ്പഴേ എല്ലാരിക്കും നീതി
കിട്ടൂ."

വൃദ്ധന് ആ ന്യായം ഇഷ്ടമായില്ലെന്ന് വ്യക്തമായി.

ഭിത്തിയിൽ ലെനിന്റെ ചിത്രം.

ഗൗരിഅമ്മയും ഇ എം എസും.

എ കെ ജിയുടെ ഒറ്റപ്പടം; വിരൽചൂണ്ടി.

"എന്തെരെങ്കിലും കഴിച്ചാ..."

"ഇല്ല...വേണ്ട. ഞങ്ങള് ഇന്നത്തേക്ക് നിർത്താൻപോവാണ്."

"കൊറച്ചെന്തരെങ്കിലും കഴിക്കാം...

"എടിയേ രണ്ടുപേരിക്ക് കഴിക്കാൻ എന്തരെങ്കിലും ഇരിപ്പൊണ്ടാ"
അകത്തേക്കുനോക്കി വൃദ്ധൻ പറഞ്ഞു.

"കറി കൊറവാണ്. ചോറും ഒഴിച്ചൂട്ടാനുമൊണ്ട്."

വിശപ്പ് കലശലായുണ്ടായിരുന്നു. വേണമെന്നുപറയാൻ മടി.

"എന്നാൽ..." യേശയ്യൻ പാതി സമ്മതത്തിലാണ്.

സൂക്ഷ്മമായ ഒരുനീക്കത്തിലൂടെ ഞാൻ യേശയ്യന്റെ പാദത്തിൽ
മെല്ലെ ചവിട്ടി വേണ്ടെന്നു അടയാളംനല്കി.

"വേണ്ട. വേണ്ട. ഞങ്ങളെറങ്ങുന്നു. നേരോമായി.... അവരെ ബുദ്ധി
മുട്ടിക്കണ്ട." യേശയ്യൻ പറഞ്ഞു.

വൃദ്ധൻ എന്നെ രൂക്ഷമായി നോക്കി. കാലിലൂടെ നല്കിയ സൂചന

അയാൾ കണ്ടിരിക്കുന്നു.

"ഇവിടാരിക്കും ഒരു നിർബന്തോല്ല.വേണോങ്കി കഴിച്ചാ മതി. വേശന്നാ കിട്ടുന്നെടത്തു കഴിക്കണം. അങ്ങനാരുന്നു ഞങ്ങളെല്ലാം. ഇപ്പ മൊള്ളവന്മാരില് കൂടുതലും കള്ളന്മാരാ... ഒളിച്ചുവച്ചേ ശീലമൊള്ളൂ. ഈ വീടേതാണെന്ന് വല്ല അറിവുമൊണ്ടോ... എവിടന്ന് കാണാൻ... നിങ്ങളെ അച്യുതാനന്ദനും ചന്ദ്രാനന്ദനും ശ്രീധരനുമൊക്കെ ഒളിവിക്കഴിഞ്ഞിട്ടൊ ണ്ടിവിടെ..."

ഞങ്ങൾ കത്തിയ മെഴുകുതിരിപോലെ ഉരുകി. കെട്ടുപോയ മെഴു കുതിരിപോലെ പുകഞ്ഞു. നാവിറങ്ങി.തൊണ്ട വരണ്ടു. യേശയ്യൻ എന്നെ നോക്കി. മുഖം ഞാൻ വായിച്ചു.

ഒരു തോണ്ടലിൽ എല്ലാം തുലച്ചു.

"വേറൊന്നും വിചാരിക്കരുത്." "എന്തോന്ന് വിചാരിക്കാൻ തൊറന്നു പോരുമാറാൻ കഴിയാത്തവര് ഇവിടെ അധികനേരം ഇരിക്കണമെന്നില്ല."

ഞങ്ങളിറങ്ങാൻ നേരം അയാൾ എഴുന്നേറ്റു. എന്റെ നേരെ തിരി ഞ്ഞു. "ഷെൽറ്റർ എന്ന ചെറുകഥ വായിച്ചിറ്റൊണ്ടാ...എഴുത്തുകാരന്റെ പേരു മറന്ന്..."

"ഒണ്ട്."

"ഇപ്പഴൊള്ളവന്മാരാണെങ്കി... എന്നാ ചെല്ലീം..."

ഞങ്ങൾ പടിയിറങ്ങി.

17

പിശാചും മാർക്സിസവും

ദേശീയ പണിമുടക്ക്.

ചെക്കാലമുക്കിൽ കടകളെല്ലാം അടഞ്ഞുകിടന്നു. ആൽമരത്തിൽ ഇലകൾ പോലും അനങ്ങിയില്ല. ചുമട്ടുതൊഴിലാളികൾ ആൽമരത്തിൽ സ്ഥാപിച്ച പണിമുടക്ക് വിളംബര ബോർഡ് ഒറ്റക്കയറിൽ തൂങ്ങി. ഇന്ന് ചക്കിന്മേൽ ഇരിക്കുന്നത് യേശയ്യനല്ല. യേശയ്യൻ തന്റെ കൊല്ലി സൈക്കി ളുമായി ഏതു നേരവും എത്തിച്ചേരാം. സെക്രട്ടേറിയറ്റിലെ രണ്ട് ധീര സഖാക്കൾ. പണിമുടക്കു ദിവസം നഗരത്തിൽ നടക്കുന്ന പണിമുടക്ക് റാലിയിൽ പങ്കെടുക്കാൻ പോവുകയാണ്!

ബസിൽ കയറാനാവില്ല. കരിങ്കാലികൾ പൊലീസ് അകമ്പടിയോടെ വണ്ടിയോടിച്ചാൽ ഞങ്ങളുടെ പട്ടി കയറും. സ്കൂട്ടർ എടുക്കാനാവില്ല. നമ്മുടെ ബന്ദ് നാം തന്നെ പൊളിക്കുകയോ? രണ്ടു വഴികളുണ്ട്. മുന്നിൽ ഒന്നുകിൽ പത്തുകിലോ മീറ്റർ നടക്കണം. അല്ലെങ്കിൽ ഒരാൾ സൈക്കി ളെടുക്കണം. ലോഡുകയറി പോകാം.

പണിമുടക്ക് പ്രവർത്തനം വിലയിരുത്തി എല്ലാ മുൻകരുതലുകളു മെടുത്ത് യൂണിയനാപ്പീസു പൂട്ടി പുറത്തിറങ്ങുമ്പോൾ യേശയ്യൻപറഞ്ഞു. "നാളെ ഞാൻ സൈക്കിളെടുക്കാം. നീ കൃത്യം ഒമ്പതിന് ചെക്കാലമു ക്കിൽ എത്തണം. കൊരേ ദൂരം ഞാച്ചവിട്ടാം. കൊരേ നീ. ഏറ്റാ..?"

"ഏറ്റു."

അങ്ങനെ ഏറ്റിട്ടാണ് ഈ ഇരുപ്പ്.

ഒഴിഞ്ഞ റോഡുകൾ, അടഞ്ഞകടകൾ.

ആൾപ്പാർപ്പില്ലാത്ത ഏതോ ഒരു സ്ഥലത്ത് ആടുകളെ മേയാൻ വിട്ട് ദൂരേയ്ക്ക് നോക്കിയിരിക്കുന്ന ഒരാൾ.

ഒരു നിഴൽ പോലെ ദൂരെ കണ്ട് യാഥാർത്ഥ്യമായി വളർന്ന യേശ യ്യൻ. സൈക്കിളിൽത്തന്നെയാണ് വരവ്.

മുന്നിലെത്തി ഒരു കാൽകുത്തി നിന്നു.

സൈക്കിളിന്റെ കമ്പികൾ തുരുമ്പെടുത്തിരിക്കുന്നു. മഡ് ഫ്ളാപ്പു കൾ ഇല്ല. ബല്ലില്ല.

ബ്രേക്ക് ഉണ്ടാവും.

"പോവാം...വാ കേറ്."

യേശയ്യൻ പെഡൽ റഡിയാക്കി. സൈക്കിൾ നീങ്ങി.

അല്പദൂരം കൂടെയോടി കാരിയറിൽ ഇരുന്നു. ഹാന്റിൽ ഒന്നു വെട്ടി.

പിന്നെ നേരെയാക്കി. ചവിട്ടുമ്പോൾ അയാൾ കിതച്ചു.

മുതുകിൽ വിയർപ്പ് പൊടിഞ്ഞ് ഷർട്ടു നനഞ്ഞു.

ആശുപത്രി എന്ന് എഴുതിയൊട്ടിച്ച ഒരു കാർ വേഗത്തിൽ കടന്നു പോയി.

"അതിനകത്താരേം കാണുന്നില്ല. പറ്റിച്ച് പോവേണ്. ശ്രീകാര്യത്ത് ആളൊണ്ട്, നോക്കിക്കോളും."

"വിട് സഖാവേ... അത്യാവശ്യക്കാർ പോട്ട്."

"നെനക്കും തൊടങ്ങിയാ പേപ്പറ്കാരന്മാര എതക്കേട്. ബന്ദിന് വഴി

പ്പെറ്റ്. സായിപ്പ് നടന്നു പോയി. രോഗി മരിച്ച് എന്നക്കപ്പറഞ്ഞ് ആളുകളെ കരയിപ്പിക്കണ ഏർപ്പാട്."

യേശയ്യനോട് മുട്ടിയാൽ ശരിയാവില്ല.

ഞാൻ വായടച്ചു.

ശ്രീകാര്യം ജങ്ഷനിൽ കുറേപ്പേർ കൂടി നില്പുണ്ട്. പ്രകടനത്തിന് എത്തിയവരാണ്. ചുവന്ന കൊടി ഒരാൾ ചുമലിൽ ഏറ്റിയിട്ടുണ്ട്. ഒരാൾ സൈക്കിൾ പിടിച്ചു നിർത്തി.

"രണ്ട് സഖാക്കളും കൂടെ ജോലിക്ക് കയറാൻ തന്നേ പോണത്." ആരോ തമാശ പറഞ്ഞു.

"വിട്. സിറ്റീ പ്രകടനമൊണ്ട്. ഇവിടെക്കെടന്ന് പ്രകടിപ്പിച്ചാ ആര് കാണാൻ. സിറ്റീ വാടേ.."

യേശയ്യൻ സൈക്കിളിന്റെ വേഗത കൂട്ടി.

സൈക്കിൾ തന്നെയാണ് വാഹനം.

പ്രയോഗിക്കുന്ന ബലത്തിനനുസരിച്ച് മാത്രം ചലനം. സൈക്കിൾ ഒരപാര കണ്ടുപിടിത്തം തന്നെ. ഇരുചക്രങ്ങളിന്മേൽ മറിഞ്ഞുവീഴാതെ ഓട്ടം.

ഒരു പൊലീസ് ജീപ്പ് കടന്നുപോയി. ലോഡ് കയറിപ്പോയതിന് ഇന്ന് ശിക്ഷയില്ല.

ബന്ദിൽനിന്നും ഒഴിവാക്കിയ വാഹനത്തെ പൊലീസും ഒഴിവാക്കി യിരിക്കുന്നു.

പൊങ്ങുംമൂട് ഒരു ചായ്പിൽ ഏതാനുംപേർ ചായ കുടിച്ചു നില്ക്കു ന്നുണ്ട്.

"നിർത്ത്. ഓരോ ചായ കുടിക്കാം."

"കരിങ്കാലിച്ചായയോ?"

ചായയെ ബന്ദിൽ നിന്നൊഴിവാക്കിയതായി പ്രഖ്യാപിച്ച്, സൈക്കിൾ മരത്തണലിൽ വച്ച്, ഞങ്ങൾ ചായ്പിൽ എത്തി.

"രണ്ട് ചായ. ഒന്നു വിത്തൗട്ട്."

ആടുന്ന ബഞ്ചും വൃത്തിയില്ലാത്ത മേശയും.

മേശമേൽ ദിനപ്പത്രം.

യേശയ്യൻ പത്രമെടുത്തു.

മലയാള മനോരമ.

രണ്ട് കാര്യങ്ങൾ യേശയ്യനിഷ്ടമില്ലെന്ന കാര്യം എനിക്കറിയാം.

മലയാള മനോരമ പത്രം. പനാമ സിഗരറ്റ്.

എടുത്ത വേഗത്തിൽ പത്രം തിരിച്ചിട്ടു.

ചായയടിക്കുന്നയാൾ ചായയ്ക്കൊപ്പം രാഷ്ട്രീയവും അടിക്കുന്നുണ്ട്.

ഒന്നുരണ്ടുപേർ അയാൾക്കൊപ്പം ചേർന്നു.

"എന്നും കുന്നും ബന്ദായാ മനുഷ്യർക്ക് ജീവിക്കണ്ടേ?"

"എന്തു നേടാനോന്തോ ഈ സമരം....നവരത്ന സ്ഥാപനങ്ങള് സ്വകാര്യവല്ക്കരിച്ചാ നമുക്ക് എന്തരെടേ കൊഴപ്പം?"

"എവമ്മാര് സമരിക്കും. ലവമ്മാര് എല്ലാം വിയ്ക്കും. വിയ്ക്കിട്ട്..."
യേശയ്യൻ അവർക്കരികിലേക്ക് മെല്ലെ നീങ്ങി.
ചർച്ചയിൽ പങ്കെടുക്കാതിരിക്കാൻ അയാൾക്കാവില്ല.
"വേണ്ട... വിട്. അവമ്മാര് എന്തരോ പറയട്ട്."
എന്റെ വാക്കുകൾക്ക് യേശയ്യനെ തടയാനുള്ള ശക്തിയില്ല.
"നീയവിടെ ചുമ്മാതിരി..."
ചർച്ചയും ചായയും നീണ്ടുപോയി.
ഇടപെടാനുള്ള അവസരവും കാത്ത് ചായ മൊത്തിക്കുടിച്ച് യേശ
യ്യൻ നിലകൊണ്ടു.
"ഇവിടെക്കെടന്ന് കൊറെ ചാടിയകൊണ്ട് കേന്ദ്രത്തിന് വല്ല കുലു
ക്കോമുണ്ടാവുമോ? എവമ്മാര് രണ്ടോ മൂന്നോ സംസ്ഥാനത്ത് മാത്തറ
മല്ലേ ഒള്ള്... മറ്റെടത്തൊന്നും സമരംകാണൂല്ല."
"ഇയ്യാളോട് ആര് പറഞ്ഞ് അവിടെയൊന്നും സമരമില്ലെന്ന്?"
യേശയ്യൻ ഇടപെട്ടു കഴിഞ്ഞു.
അപരിചിതന്റെ ഇടപെടൽ സമരവിരുദ്ധന് ഇഷ്ടമായില്ല.
"നിങ്ങളോട് ഞാൻ പറഞ്ഞില്ലല്ല്."
"പരസ്യമായി നിന്ന് രാഷ്ട്രീയം പറഞ്ഞിറ്റ് എടപെടണ്ടാന്ന് പറഞ്ഞാ
എടപെടാതിരിക്കോ? നെന്നെയൊക്കെപ്പോലത്ത തെണ്ടികള് ഒള്ള കാല
ത്തോളം നാട് എങ്ങനെ നന്നാവാൻ? സമരം ചെയ്തിറ്റാണ് സ്വാതന്ത്ര്യം
കിട്ടിയത്. സമരം ചെയ്തിറ്റാണ് കൂലി കൂട്ടിയത്. സമരംചെയ്തിറ്റാണ്
നീയൊക്കെ മനുഷ്യനെപ്പോലെ ആയത്."
"ഓ... ഇയ്യാള് സമരം ചെയ്തിറ്റ് തന്നെയാണ് എന്റെ അമ്മ എന്നെ
പെറ്റത്. ഓരോ മൈരുകള് എറങ്ങും. ന്യായം പുളുത്താൻ.."
"എന്തരു പറഞ്ഞടാ തായോളീ..." ഒഴിഞ്ഞ ചായഗ്ലാസ് മേശപ്പുറ
ത്തുഴിടിച്ച് വച്ച് യേശയ്യൻ മുണ്ട് മടക്കി കെട്ടി.
സംഗതി കുഴപ്പത്തിലേക്കാണ്.
"വെറുതെ കൊഴപ്പമൊണ്ടാക്കല്ലെ... രാഷ്ട്രീയം പറച്ചില് വേണ്ട...
എല്ലാരും നിർത്തീം..."
ചായക്കടക്കാരൻ ഇടപെട്ടു.
ഞാൻ ഓടിച്ചെന്ന് യേശയ്യന്റെ കൈപിടിച്ച്.
അയാൾ കൈതട്ടി മാറ്റി.
"നീ ചുമ്മാതിരി...ഞാനൊന്നും ചെയ്യാൻ പോണില്ല. ഈ മൈരിന്
സമരം തീരെ പിടിക്കിണില്ല.
"എല്ലാരേം പിടിപ്പിക്കാൻ നമക്കൊാക്കോ..." പറയണവര് പറയട്ട്...
വാ നമുക്ക് പോകാം."
ഇതിനിടയിൽ രണ്ടു ചായയുടെ പൈസ കൊടുത്ത് ഞാൻ യേശയ്യ
നെയും കൂട്ടി നടന്നു.
"വിളിച്ചോണ്ട് പോ... ചളുക്ക് വാങ്ങിക്കാതെ."
ഒറ്റക്കുതിപ്പിന് യേശയ്യൻ അയാളെ കോളറിൽ തൂക്കി ഉയർത്തി

താഴെയിട്ടു.

നിന്നവർ ഓടിക്കൂടി. രണ്ടുപേരെയും പിടിച്ചുമാറ്റി.

യേശയ്യന്റെ നിയന്ത്രണം വിടുകയാണ്.

അയാൾ മുറിക്കൈയൻ ഷർട്ടിന്റെ കൈകൾ തെറുത്തുകയറ്റുന്നു. വീണ്ടും പോരിനു തയ്യാറാവുകയാണ്.

ഷർട്ടിന്റെ കൈകൾ തെറുത്തപ്പോൾ ഞാനൊരത്ഭുതംകണ്ടു. കറുത്ത നൂലിൽ കെട്ടിയ വെളുത്ത ഏലസ്.

വന്ന ചിരിയടക്കി.

യേശയ്യനെ പിടിച്ചുവലിച്ച് നടന്നു. സൈക്കിൾ ഞാൻ ചവിട്ടി. ഇപ്പോൾ മുഖം നോക്കാതെ സംസാരിക്കാം.

"വെറുതെ കാലത്തേതന്നെ ഒരൊടക്കായി. ഒരു കാര്യവുമില്ലാതെ."

"പിന്നെ... വായിത്തോന്നിയത് പറയണതും കേട്ട് നിയ്ക്കാൻ നെനക്ക് പറ്റായിരിക്കും. എന്നെ കൊണ്ടൊാക്കൂല്ല. സമരമെന്നു കേട്ടാ ചൊറിയണ ചെലവമ്മാരൊണ്ട്...

ചർച്ച അവസാനിക്കാൻ ഞാൻ മൗനം പൂണ്ടു.

"കൈയില് ഏലസ്സ് കണ്ടല്ല്... രഹസ്യമായി മന്ത്രവാദമൊണ്ടാ.."

"നിർത്ത് സൈക്കിള്ള് നിർത്ത്.."

സൈക്കിൾ നിർത്തി.

മരത്തണലിലേക്ക് ഒതുക്കി. യേശയ്യൻ നടന്നെത്തി.

കൈലേസുകൊണ്ട് മുഖമൊപ്പി.

മുഖത്ത് ചെറിയ ചിരി വിരിഞ്ഞു. "ഏടേയ് മാർക്സിസം-ലെനി നിസം സാമൂഹ്യമാറ്റത്തിന് പറ്റിയ ആയുധമാണ്. പക്ഷേ, അതിന് പിശാ ചുക്കളെ നേരിടാനുള്ള കഴിവില്ല. നീ മനസ്സിലാക്കണം."

18

ടിയർഗ്യാസ്

എത്രയോ രാത്രികൾ ഉറങ്ങിത്തീർത്തിരിക്കുന്നു

ഒടുവിൽ ഉണർന്നിരിക്കേണ്ട ഒരു രാത്രിയും വന്നുചേർന്നു.

എവിടെയോ കോഴികൾ ചിറകടിച്ച് കൂകി. പുലരുന്നതിനും ഒരുക്ര മമുണ്ട്. പതിവുകൾ തെറ്റാത്തക്രമം. ഒരു കോഴിയുടെ കൂകൽ കേട്ടിട്ടാ വണം പലയിടങ്ങളിൽ നിന്നും കൂകലുയർന്നു. നേരം കൂകി വെളിപ്പി ക്കാൻ തീർച്ചയാക്കിയതുപോലെ. കാക്കകളും വെള്ളക്കൊക്കുകളും ഇര തേടിയിറങ്ങി.

കൂടണയാൻ മറന്ന കൂമൻ വഴിതെറ്റിയെത്തി തെങ്ങോലയിലിരുന്നു.

വവ്വാലുകൾ ചിറകടിച്ചുപോയി. പുന്നമരങ്ങളും പറങ്കിമാവുകളും തീർന്നിട്ടും എങ്ങോട്ടാണീ പോക്ക്? പഴങ്ങൾ തിന്നിരുന്ന വവ്വാലുകൾ ഇലകൾ തിന്നുന്ന വവ്വാലുകളായി മാറിയിട്ടുണ്ട്.

യേശയ്യൻ ഒറ്റയ്ക്കാണ്.

നിത്യനിദ്ര.

ശീതീകരിച്ച പെട്ടിയിൽ നീർക്കണങ്ങൾ പൊടിഞ്ഞ് ഒലിച്ചിറങ്ങി.

സ്വതവേ കറുത്ത മുഖം കൂടുതൽ കരുവാളിച്ചിരിക്കുന്നു.

'നീ പോയില്ലയല്ലേ?'

'ഇനിയൊരിക്കലുമില്ലല്ലോ... ഇന്ന് ഞാൻ നിനക്കു കാവൽ.'

ഉണരുന്നവരുടെ ഞരക്കങ്ങളും ഉറങ്ങുന്നവരുടെ കൂർക്കംവലികളും കുട്ടികളുടെ കരച്ചിലും ഇടകലർന്നു. നേരം പിന്നെയും പോയി.

മുഖം കഴുകുന്നതിന്റെ, പല്ലുതേക്കുന്നതിന്റെ പ്രഭാത കൃത്യ ങ്ങൾക്കുള്ള തയ്യാറെടുപ്പുകളുടെ ശബ്ദങ്ങൾ വന്നു.

പുലർച്ചയ്ക്കു പുറപ്പെടുന്ന ട്രെയിനിലേക്ക് ആളുകയറ്റിപ്പോകുന

സിറ്റി ബസിന്റെ ഹോൺ കേട്ടു.

പാൽവണ്ടികൾ, പത്രവാഹനങ്ങൾ...

പത്രക്കെട്ടുകൾ കാര്യറിൽ അടുക്കി സൈക്കിളിൽപ്പോകുന്ന കുട്ടികൾ.

ഇവരൊരിക്കലും വളരുകയില്ലേ?

പ്രഭാതസവാരിക്കാർ കടന്നുപോകുന്നു. അവർ തെല്ലിട യേശയ്യന്റെ ശരീരത്തിലേക്ക് പാളി നോക്കി.

ട്യൂബ് ലൈറ്റിന്റെ വെട്ടത്തിൽ ഭയത്തിന്റെ സൂചനകൾ അവരുടെ

മുഖത്ത് വായിക്കാം.

പുലർന്നു വരുന്നതിന്റെ ചേല്.

പകൽവെട്ടത്തിന്റെ ആദ്യപിടച്ചിൽ.

ഇപ്പോൾ യേശയ്യനു ചുറ്റും ദുഃഖാർത്തരായ സ്ത്രീകൾ ഇരിപ്പുണ്ട്. യേശയ്യന്റെ ഭാര്യയും മക്കളും ശീതീകരിച്ച പെട്ടി തുടച്ചു.

മെല്ലെ പിറുപിറുപ്പുപോലെ വചനങ്ങൾ കേട്ടു.

ആരോ ശബ്ദംതാഴ്ത്തി ബൈബിൾ വായിക്കുകയാണ്.

"നാം മുടിഞ്ഞുപോകാതിരിക്കുന്നതു യഹോവയുടെ ദയ ആകുന്നു;

അവന്റെ കരുണ തീർന്നു പോയിട്ടില്ലല്ലോ; അതു രാവിലെ തോറും പു
തിയതും നിന്റെ വിശ്വസ്തത വലിയതും ആകുന്നു. യഹോവ എന്റെ
ഓഹരി എന്നു എന്റെ ഉള്ളം പറയുന്നു. അതുകൊണ്ട് ഞാൻ അവനിൽ
പ്രത്യാശ വയ്ക്കുന്നു."

ആളുകൾ വന്നുകൊണ്ടിരുന്നു. റോഡിനരികിൽ വീണ്ടും ബൈക്കു
കൾനിരന്നു. റീത്തുകൾ കൊണ്ട് മൂടപ്പെട്ടതിനാൽ യേശയ്യന്റെ മുഖം
മറഞ്ഞു.

ഞാനെഴുന്നേറ്റു.

വിലാപങ്ങളുടെ ഇടയിലൂടെ നടന്നു.

റീത്തുകൾ എടുത്തു.

ശീതീകരിച്ച ശവപ്പെട്ടിയോട് ചേർത്ത് നിലത്തുവച്ചു.

–'നെനക്ക് പണിയായല്ലേ'

മറുപടി പറയുന്നതിനുമുമ്പ് മറ്റൊരു റീത്ത് യേശയ്യന്റെ നെഞ്ചു
ചേർത്ത് വയ്ക്കുന്നു.

വന്നയാൾ അല്പനേരം മൗനം പൂണ്ടു നിന്നു. പതുക്കെ നടന്നു
പുറത്തേക്കിറങ്ങി.

–'ഡേയ് നീ കണ്ടാ ആരാണു വന്നേന്ന്. ജോത്സ്യൻ!'

–'അവന്റെ മുഖത്തെ തഴമ്പ് മാഞ്ഞിട്ടില്ല. ചെലപ്പഴ സന്തോഷിക്കാൻ
വന്നേരിക്കും.'

–'ഛേ...അവൻ എല്ലാം മറന്ന്. ഒരിയ്ക്ക എന്നോട് തൊറന്ന് പറഞ്ഞ്.
തെറ്റായിപ്പോയെന്ന്.'

വിദ്യാർത്ഥി സമരം കൊടുമ്പിരിക്കൊണ്ടിരിക്കുന്നു. ലാത്തിച്ചാർജു
കൾ നിത്യസംഭവങ്ങളായി. പത്രങ്ങളുടെ ആദ്യപേജുകൾ ചോരയൊലി
പ്പിക്കുന്ന വിദ്യാർത്ഥികളുടെ ചിത്രങ്ങൾകൊണ്ടു നിറഞ്ഞു.

സമരസഹായ സമിതികൾ ഉണ്ടാക്കി. ബഹുജനങ്ങൾ, ട്രേഡ് യൂണി
യൻ സർവ്വീസ് സംഘടനകൾ, യുവാക്കൾ, വനിതകൾ. സജീവമായി
സമരസഹായപ്രവർത്തനങ്ങളിൽ മുഴുകി.

സ്വാശ്രയ കോളേജുകൾക്കെതിരായിട്ടായിരുന്നു സമരം.

–സർക്കാരിന്റെ നയപരമായ തീരുമാനമാണ് സ്വാശ്രയ കോളേജു
കൾ. സർക്കാരിന് അതിനുള്ള അധികാരമുണ്ട്.

–"വിദ്യാർത്ഥികളുമായി ചർച്ച നടത്തേണ്ട കാര്യമേ ഉദിക്കുന്നില്ല."
ഇങ്ങനെ പോയി മുഖ്യമന്ത്രിയുടെ പ്രതികരണം.

സെക്രട്ടേറിയറ്റിനു മുന്നിൽ വിദ്യാർത്ഥി നേതാക്കൾ നിരാഹാരസ
മരം തുടങ്ങി.

രാപ്പകൽ ഭേദമെന്യേ തെരുവുകൾ മുദ്രാവാക്യഭരിതമായി.

പ്രധാന റോഡിൽനിന്നും വാഹനങ്ങൾ വഴിതിരിച്ചുവിട്ടു.

മിക്ക ദിവസങ്ങളിലും വിദ്യാർത്ഥിപ്രകടനങ്ങൾ ലാത്തിച്ചാർജിൽ
കലാശിച്ചു. ഒടിഞ്ഞ കൊടിക്കമ്പുകൾകൊണ്ടും ലാത്തികൾ, ചെരിപ്പ

കൾ കല്ലുകൾ എന്നിവ കൊണ്ടും സെക്രട്ടേറിയറ്റിന്റെ സമരഗേറ്റ് അസ്വസ്ഥകാഴ്ചയായി. വിദ്യാർത്ഥികളുടെ കട്ടപിടിച്ച ചോര ഉണങ്ങാതെ കിടന്നു.

കന്റോൺമെന്റ് ഗേറ്റിലേക്കുള്ള വഴി കയർകൊണ്ടു കെട്ടിയടച്ച് പോലീസ് കാവൽ ഏർപ്പെടുത്തി. കവചിത വാഹനങ്ങൾ തയ്യാറെടുത്തു നിന്നു. ലാത്തിച്ചാർജിന് മുന്നറിയിപ്പ് നൽകുന്ന ബാനറും ഹാന്റ് മൈക്കും പേറി രണ്ടുമൂന്നു പൊലീസുകാർ സെക്രട്ടേറിയറ്റിന്റെ മതിൽചാരി നിന്നു. സെക്രട്ടേറിയറ്റ് മെയിൻ ബിൽഡിങ്ങിന്റെ ഒന്നാം നിലയിൽ നിന്നാൽ തെരുവിലെ കാഴ്ചകൾ കാണാം. സമരങ്ങൾ രൂപപ്പെടുന്നതും മുദ്രാവാ ക്യങ്ങൾ ശക്തമാകുന്നതും പൊലീസ് വാഹനങ്ങൾ ചീറിപ്പായുന്നതും ലാത്തിയടിയിൽ ആർത്തനാദങ്ങളും ആക്രോശങ്ങളും ഉയരുന്നതും ഗ്രനേ ഡുകൾ പൊട്ടുന്നതും കാണുകയും കേൾക്കുകയും ചെയ്യാം. ഒന്നാം നില യിൽ സെക്രട്ടറിമാരുടെ കാബിനു പുറത്ത് വരാന്തയിലാണ് യേശയ്യന്റെ ഇരിപ്പിടം. പ്രധാന റോഡിനഭിമുഖമായി. കാണാൻ ഞങ്ങൾ പലപ്പോഴും യേശയ്യന്റെ ഇരിപ്പിടത്തിനടുത്തേക്കു പോകും.

ഉച്ചയ്ക്ക് ഒരു മണിക്ക് സമരസഹായ സമിതിയുടെ പ്രകടനം വി ജെ ടി ഹാളിനു മുന്നിൽനിന്നും ആരംഭിക്കുമെന്ന് അറിയിപ്പുവന്നു.

പന്ത്രണ്ടേമുക്കാൽ ആയപ്പോഴേക്ക് പടിഞ്ഞാറേ ഗേറ്റിലെ ആൽമര ത്തിന്റെ ചുവട്ടിൽ ഞങ്ങൾ അണിനിരന്നു. പഴമക്കാർക്കറിയാം ആലിന്റെ സ്ഥാനത്ത് അവിടെ ഒരു പ്ലാവുണ്ടായിരുന്നു. പ്ലാവിൽ ആൽമരത്തെ വളർന്നു. പിന്നെ പ്ലാവിലെ ആൽ, ആൽ മാത്രമായി. "സ്വാശ്രയകോളേ ജുകൾ പ്ലാവിൽ വളർന്ന ആലാണെന്ന്" യേശയ്യൻ പ്രവചിച്ചു.

അകലെനിന്നും ആരവം അടുത്തുവന്നു.

കടലിരമ്പം പോലെ.

രോഷാകുലരായ വിദ്യാർത്ഥികളുടെ പ്രതിഷേധമാണ്. സംഘർഷ സാദ്ധ്യത കണക്കിലെടുത്ത് പൊലീസ് പടിഞ്ഞാറേ ഗേറ്റ് അടച്ചിട്ടു. കാമ്പ സിനുള്ളിൽ കേന്ദ്രീകരിച്ച് പടിഞ്ഞാറേ ഗേറ്റുകടന്ന് പ്രകടനമായി സമര ഗേറ്റിലേക്ക് പോകാനുള്ള തീരുമാനം പാളി.

ഇതിനകം വിദ്യാർത്ഥികൾ സമരഗേറ്റിനടുത്തെത്തിക്കഴിഞ്ഞു. പൊലീസ് ബാരിക്കേഡുകൾ തള്ളി മാറ്റാനുള്ള ശ്രമം ലാത്തിച്ചാർജിൽ കലാശിച്ചു. ലാത്തിവീശലിൽ പിരിഞ്ഞുപോയവർ വീണ്ടും ഒത്തുചേർന്ന് പൊലീസുമായി ഏറ്റുമുട്ടി.

തെരുവുയുദ്ധം.

ലാത്തിയടിയും ചെറുത്തുനില്പും പല ഘട്ടങ്ങൾ പിന്നിട്ടു. ലാത്തി യടിയേറ്റുവീണ കുട്ടികളും പരിക്കേറ്റ പൊലീസുകാരും ആശുപത്രിയി ലേക്ക് മാറ്റപ്പെട്ടു. കുറേക്കുട്ടികൾ നിരാഹാരപ്പന്തലിലേക്ക് ഓടിക്കയറി.

പുറകെ പൊലീസും.

പുറത്തിറങ്ങാനാകാതെ വന്നപ്പോൾ അഭിവാദ്യപരിപാടി ഉപേക്ഷിച്ച് ഞങ്ങൾ കുറേപ്പേർ വിദ്യാർത്ഥികളുടെ സത്യഗ്രഹപ്പന്തലിനു പുറകിലെ

ത്തി. സെക്രട്ടേറിയേറ്റ് വളപ്പിലെ പൂന്തോട്ടത്തിൽ സ്ഥാപിച്ചിട്ടുള്ള വേലു അമ്പി പ്രതിമയുടെ മുന്നിൽ ഇരുമ്പഴികളുള്ള മതിലിനോടു ചേർന്ന് കെട്ടി മറച്ച സത്യഗ്രഹപ്പന്തലിനു പുറകുവശത്ത് സെക്രട്ടേറിയറ്റ് ജീവനക്കാർ കൂടിനിന്നിരുന്നു. സമരപ്പന്തൽ പൊലീസ് കൈയേറിയതിൽ അമർഷം കൊണ്ടവരും ആഹ്ലാദിക്കുന്നവരും അക്കൂട്ടത്തിലുണ്ട്. ഭരണത്തെ അനു കൂലിക്കുന്നവരും എതിർക്കുന്നവരുമെന്ന രണ്ടു ക്യാമ്പുകളിൽ നിലയുറ പ്പിച്ചിട്ടുള്ളവരാണ് അവർ.

കൂട്ടുംകൂടി നിന്ന് സമരക്കാഴ്ചകളിൽ മുഴുകിയവർക്കൊപ്പം അല സിപ്പോയ അഭിവാദ്യപ്രകടനക്കാർ കൂടി എത്തിയതോടെ മതിലിനപ്പുറ ത്തെ സമരവേലിയേറ്റങ്ങളുടെ പ്രതിദ്ധ്വനി കാമ്പസിനുള്ളിലേക്കും കടന്നു.

സമരപ്പന്തലിൽ കടന്നു കയറിയ പൊലീസ് നിരാഹാരം കിടക്കുന്ന വരെന്നോ അവിടേക്ക് ഓടിക്കയറിയവരെന്നോ ഉള്ള യാതൊരു വ്യത്യാ സവും പരിഗണിക്കാതെ ലാത്തിയടി തുടങ്ങി. ചെറിയ ഇടത്തിൽ തിങ്ങി നിറഞ്ഞ കുട്ടികൾ പൊലീസിനെ ചെറുത്തു. കമ്പും കല്ലും ആയുധമാ ക്കി. ലാത്തികൾ ഒടിഞ്ഞു. ചൂരൽ പരിചകൾ പിടിച്ചെടുക്കപ്പെട്ടു. കല്ലു കളും വടികളും ഉപയോഗിച്ചുള്ള അപ്രതീക്ഷിതമായ തിരിച്ചടിയിൽ പത റിപ്പോയ പൊലീസ് പിൻവാങ്ങി.

ഗ്രനേഡുകൾ സമരപ്പന്തലിനു മുന്നിൽ വീണു പൊട്ടി. ഉഗ്രസ്ഫോട നത്താൽ ചെവികളടഞ്ഞു. കണ്ണീർവാതക ഷെല്ലുകളിൽനിന്നും രൂക്ഷ മായ ഗന്ധത്തോടെ പുറപ്പെട്ട പുകപടലം അവിടമാകെ നിറഞ്ഞു. വിദ്യാർത്ഥികൾ ചിതറി ഓടി. സെക്രട്ടേറിയറ്റിനു മുന്നിലെ പ്രധാന വീഥി യുദ്ധക്കളമായി. പൊലീസ് വാഹനത്തിന്റെ ചീറിപ്പായൽ. പൊലീസ് പല സംഘങ്ങളായി പിരിഞ്ഞ് വിദ്യാർത്ഥികളെ പിന്തുടർന്നു. സമരപ്പന്തലിൽ നിരാഹാരമനുഷ്ഠിക്കുന്നവർ മാത്രമായി. അകലെ ഇരമ്പങ്ങൾ ശക്തമാ കുമ്പോഴും സമരപ്പന്തലിനു ചുറ്റും മൂകത തളംകെട്ടി. ഏതാനും നിമിഷ ങ്ങൾ അങ്ങനെ തുടർന്നു. ലൈറ്റുകൾ തെളിച്ച് ഉച്ചത്തിൽ ഹോൺ മുഴക്കി ഒരു പൊലീസ് വാൻ സമരപ്പന്തലിനു മുന്നിൽ വന്നു നിന്നു.

ചാടിയിറങ്ങിയ പൊലീസ് അടിതുടങ്ങി. പൊട്ടിയ തലകളിൽ നിന്നും ചോരചിതറി. നിരാഹാരത്താൽ അവശരായ വിദ്യാർത്ഥികൾക്ക് കൈകൾ ഉയർത്തി ലാത്തി തടുക്കാൻ പോലും കഴിഞ്ഞില്ല. എല്ലാ മർദ്ദനങ്ങളും അവർ നിസ്സഹായതയോടെ ഏറ്റുവാങ്ങി.

"കൊളള്ട്ട്...കൊള്ള്ട്ട്.. അവന്റെയൊക്കെ ഒരു സമരം."

മർദ്ദനത്തിൽ ആഹ്ലാദം പൂണ്ട് സമരപ്പന്തലിനു പുറത്തുനിന്ന ഒരാൾ വിളിച്ചുകൂവി. സ്തംഭിച്ചുനില്ക്കുകയായിരുന്ന കാഴ്ചക്കാരിൽ അസ്വസ്ഥ തപടർന്നു. അവർ രണ്ടു ചേരികളായി തിരിഞ്ഞു. വിളിച്ചുകൂവിയവന്റെ മുതുകിൽ വീണ ആദ്യ ഇടിയുടെ ഉടമയെ വ്യക്തതയോടെ കണ്ടു. യേശ യ്യൻ. യേശയ്യൻ കുനിഞ്ഞ് ഒരു കല്ലെടുത്തു

സമരപ്പന്തൽ കൈയേറുന്ന പൊലീസിനു നേരെ വലിച്ചെറിഞ്ഞു. കാമ്പസിനുള്ളിൽ നിന്നും അപ്രതീക്ഷിതമായാണ് കല്ലുകൾപാഞ്ഞു

ചെന്നത്.വിദ്യാർത്ഥികളെവിട്ട് പുറത്തിറങ്ങിയ പൊലീസ് സെക്രട്ടേറിയറ്റ് കാമ്പസിനുള്ളിലേക്ക് കല്ലെറിഞ്ഞു. കൂടിനിന്നവർ ചിതറിയോടി. ആരു ടെയെല്ലാമോ തലകളിൽനിന്നും ചോരയൊലിച്ചു. ഗ്രനേഡുകളും കണ്ണീർവാതക ഷെല്ലുകളും കാമ്പസിനുള്ളിൽ വീണു പൊട്ടി. ഭരണ സിരാകേന്ദ്രത്തിന്റെ ഉള്ളറകളിലേക്ക് കണ്ണീർവാതകത്തിന്റെ നീറ്റൽ പുക കടന്നുചെന്നു. കണ്ണും മൂക്കും പൊത്തി കാബിനുകൾ വിട്ട് ആളുകൾ പുറത്തിറങ്ങി. പുറത്തെ സംഘർഷങ്ങൾക്ക് ചെവികൊടുക്കാതെ കഴി ഞ്ഞവർക്ക് അകത്തിരിക്കാനാവാത്ത അവസ്ഥ വന്നുചേർന്നു.

തിരിഞ്ഞോടുന്നതിനിടയിൽ യേശയ്യൻ ഒരാളെ പിടികൂടി.

"പൊലീസ് നെന്റെ തന്തയാണോടാ... ഇനി നീ സമരം കണ്ട് ചിരി ക്കണ്ട."

പിടിവലിയിൽ ഇരുവരും താഴെ വീണു. ആളെ ഞാൻ തിരിച്ചറി ഞ്ഞു. ജോത്സ്യൻ.

സെക്രട്ടറിയേറ്റ് ജീവനക്കാരുടെ ജാതകം പരിശോധിക്കലും വിശേ ഷങ്ങൾക്ക് നാളു കുറിക്കലുമാണ് സതീശന്റെ മുഖ്യ ഏർപ്പാട്. ഭരണാ നുകൂലസംഘടനയുടെ പ്രവർത്തകനായതിനാൽ സീറ്റിലിരുന്ന് പണി ചെയ്യുന്നത് വിരളം. ജ്യോതിഷ പുസ്തകങ്ങൾക്കുള്ളിൽ അശ്ലീലചിത്ര ങ്ങൾ ഒളിപ്പിച്ച് സ്ത്രീകളെ കാണിക്കുന്ന ശീലവുമുണ്ട്. അയാൾക്ക് അതി ന്റെപേരിൽ മുമ്പു തല്ലുകൊണ്ടിട്ടുണ്ട്.

പിടിവലിയിൽ സതീശന്റെ ഷർട്ടുകീറി. വെളുത്ത ശരീരം ചുവന്നു തുടുത്തു. മുഖത്തെ നഖപ്പാടുകളിൽനിന്നും ചോര പൊടിഞ്ഞു. യേശ യ്യനെ ആരെല്ലാമോ ചേർന്ന് പിടിച്ചുമാറ്റി.

പിടിവിടുന്നതിനിടയിൽ കൈയിൽ എറിയാതെ സൂക്ഷിച്ച കല്ല് സതീ ശന്റെ മുഖത്ത് പതിഞ്ഞു.

കല്ലിന്റെ മുഴകൾ സതീശന്റെ മുഖത്ത് പാടുകളായി. എല്ലിൽ നിന്നും വേറിട്ട മാംസം പുറത്തുകണ്ടു. ചോരയൊഴുകി. അപ്പോഴേക്കും ടിയർ ഗ്യാസ് ഷെല്ലുകൾ പലത് കാമ്പസിനുള്ളിൽ പൊട്ടിക്കഴിഞ്ഞു. കൂടുതൽ കൂടുതൽ പേർ പുറത്തിറങ്ങി. പലർക്കും പൊലീസിന്റെ കല്ലേറിൽ പരി ക്കുപറ്റി. ചിലർ ബോധരഹിതരായി.

പൊലീസ് മേധാവികൾ ഇടപെട്ടു. പോലീസ് പിൻവാങ്ങി.

കാമ്പസിനുള്ളിൽ വീണവരെ ചുമലിലേറ്റി നടന്നവർക്കു പിന്നിൽ വലിയൊരു ജനാവലി രൂപപ്പെട്ടു.

അതൊരു വൻപ്രകടനമായി. മുദ്രാവാക്യം വിളികൾ മുഴങ്ങി. വി ശാലമായ പൂന്തോട്ടത്തിൽനിന്നും നിരനിരയായി പാർക്ക് ചെയ്ത കാറു കൾക്കിടയിലൂടെ നടന്ന്, ഡർബാർഹാളിനു മുന്നിലെ കൂറ്റൻ തൂണുകൾ പിന്നിട്ട്, ഇടനാഴിയിലൂടെ മുദ്രാവാക്യം മുഴക്കി ജീവനക്കാർ നീങ്ങി. പരു ക്കേറ്റവരെ ചുമലിൽ വഹിച്ച് ഇടനാഴിയിലൂടെ ഇത്തരമൊരു പ്രകടനം ആദ്യമായിട്ടായിരുന്നു.

ചീഫ് സെക്രട്ടറിയുടെ ഓഫീസിനു മുന്നിൽ സെക്യൂരിറ്റി വിഭാഗം

കോട്ടപണിതു. ഓഫീസിനു മുന്നിൽ കുത്തിയിരുന്ന പ്രതിഷേധക്കാർ ഉച്ചത്തിൽ മുദ്രാവാക്യം മുഴക്കി. കൂടുതൽകൂടുതൽ ജീവനക്കാർ എത്തിച്ചേർന്നു. പ്രതിഷേധം കൈവിട്ടു പോകാതിരിക്കാൻ നേതാക്കൾ കിണഞ്ഞുശ്രമിക്കുന്നുണ്ടായിരുന്നു. പാഞ്ഞെത്തിയ പൊലീസ് സേന ഇടപെടലിനുള്ള ആജ്ഞ കാത്ത് ഇടനാഴിയിൽ നിരന്നു.

അപ്രതീക്ഷിതമായി വാതിൽതുറന്ന് ചീഫ് സെക്രട്ടറി പുറത്തുവന്നു.

കൈ ഉയർത്തി ശാന്തരാകാൻ പറഞ്ഞു. നിശ്ശബ്ദമായ അന്തരീക്ഷത്തിൽ പരിക്കേറ്റവരെ അദ്ദേഹം സമീപിച്ചു.

"അന്വേഷണമുണ്ടാകും. കുറ്റക്കാരായ പൊലീസുകാർക്കെതിരെ നടപടിയുണ്ടാകും." നേതാക്കളെമാത്രം ഉള്ളിലേക്ക് ക്ഷണിച്ച് ചീഫ് സെക്രട്ടറിവാതിലടച്ചു.

നേതാക്കൾ ഇറങ്ങിവരുംവരെ ജീവനക്കാർ പിരിഞ്ഞുപോയില്ല. അമർഷം പുകഞ്ഞു. അല്പനേരത്തിനു ശേഷം നേതാക്കൾ പുറത്തുവന്നു.

"അന്വേഷണമുണ്ടാകുമെന്ന് ചീഫ്സെക്രട്ടറി ഉറപ്പു തന്നു. സെക്രട്ടേറിയറ്റ് ജീവനക്കാർക്കു നേരെ നടത്തിയ പൊലീസ് അതിക്രമത്തിനെതിരെ നാളെ നാം ഒറ്റക്കെട്ടായി പണിമുടക്കും."

ജീവനക്കാർ ഉച്ചത്തിൽ കൈയടിച്ചു.

ഒന്നുമറിയാത്ത പാവത്താനെപ്പോലെ നില്ക്കുന്ന യേശയ്യനെ കണ്ടപ്പോൾ എനിക്കു ചിരി പൊട്ടി.

19

കെട്ട കനൽ, കെടാത്ത കനൽ

വീണ്ടുമൊരു അഖിലേന്ത്യാ പണിമുടക്കം. നവ ലിബറൽ നയ ങ്ങൾക്കെതിരെ പ്രക്ഷോഭങ്ങൾ ഉയർന്നുതുടങ്ങിയകാലം.

സെക്രട്ടേറിയറ്റ് കാമ്പസ് രണ്ടു ചേരികളായി നിലയുറപ്പിച്ചു.

ഉച്ചസമയത്തെ പ്രകടനങ്ങൾ. നോട്ടീസ് പ്രചരണങ്ങൾ. പൊതു യോഗങ്ങൾ. ഇതിനു പുറകെയായിരുന്നു ഹാളുകളിലെ കാമ്പെയ്ൻ. ഒരു സംഘം പ്രവർത്തകർ ഹാളിൽ എത്തും. ഒരാൾ സ്റ്റൂളിലോ കസേരയിലോ കയറി നില്ക്കും. മുഴുവൻ പേരെയും അഭിസംബോധന ചെയ്യും. ചിലർ പതുക്കെ എഴുന്നേറ്റുമാറും. മിക്കവരും പ്രസംഗം കേൾക്കും. കേട്ടുകൊണ്ടു പണിയെടുക്കും. ടൈപ്പ്റൈറ്ററുകളുടെ ശബ്ദം നിലയ്ക്കും. ഏതെങ്കിലും ടൈപ്പ്റൈറ്റർ ശബ്ദിച്ചാൽ പ്രവർത്തകരെത്തി നിർത്താൻ ആവശ്യപ്പെ ടും.

പണിമുടക്കിന്റെ തലേന്നാൾ സെക്രട്ടേറിയറ്റിന്റെ കന്റോൺമെന്റ് ഗേറ്റ് ഒഴികെയുള്ള മൂന്നു ഗേറ്റുകൾക്കു മുന്നിലും രാവിലെയും വൈകു ന്നേരവും പ്രവർത്തകർ ഒത്തുകൂടി മുദ്രാവാക്യങ്ങൾ മുഴക്കി.

ഓരോ വ്യക്തിയെയും നേരിൽ കണ്ട് പണിമുടക്കിൽ പങ്കെടുക്കണ മെന്ന് ആവശ്യപ്പെട്ടു.

സെക്രട്ടേറിയറ്റിനുള്ളിൽ രണ്ടു ഭക്ഷണ സ്ഥാപനങ്ങളാണുള്ളത്. ജീവനക്കാരുടെ തിരഞ്ഞെടുക്കപ്പെട്ട പ്രതിനിധികൾ ഭരിക്കുന്നതും സർക്കാരിന്റെ സബ്സിഡിയോടെ പ്രവർത്തിക്കുന്നതുമാണ് സെക്രട്ടേ റിയറ്റ് കാന്റീൻ. പിന്നെ ഇന്ത്യൻ കോഫീ ഹൗസ്.

കോഫീ ഹൗസിലേക്കും കാന്റീനിലേക്കും കയറിപ്പോകുന്നവരെ നി രീക്ഷിച്ചാൽ ഒരു കാര്യം ബോദ്ധ്യമാവും.

പൊതുവിൽ ദരിദ്രരും ഗ്രാമീണ പശ്ചാത്തലമുള്ളവരും കാന്റീനിലും

ഉയർന്ന ഉദ്യോഗസ്ഥർ, നഗരജീവികൾ, സമ്പന്ന സന്ദർശകർ എന്നിവർ കോഫീഹൗസിലുംപോകും. കോഫീ ഹൗസിൽ പെറ്റിബൂർഷ്വകളും കാന്റീനിൽ തൊഴിലാളിവർഗ്ഗവുമാണ് പോകുന്നതെന്നാണ് യേശയ്യൻ ഇതെപ്പറ്റി പറയുന്നത്. പണിമുടക്കു തയ്യാറെടുപ്പുകൾ റിവ്യൂ ചെയ്യാൻ യോഗം ചേർന്നു.

ചർച്ചയ്ക്കിടയിൽ യേശയ്യൻ എഴുന്നേറ്റു. "കാമ്പസിനുള്ളിലെ കോഫീഹൗസും കാന്റീനും പൂട്ടിക്കണം. കരിങ്കാലികൾ അല്പം വെഷ

മിക്കട്ടെ!"

"കാന്റീനിലെയും കോഫിഹൗസിലെയും ജീവനക്കാരുടെ സംഘട നകൾ പണിമുടക്കം പ്രഖ്യാപിച്ചിട്ടില്ല. പണിമുടക്കം സർക്കാർ ജീവന ക്കാരുടേതുമാത്രമാണ്. അതുകൊണ്ട് ആ സ്ഥാപനങ്ങൾ അടപ്പിക്ക ണോ?"

ഒരു സംശയമുയർന്നു

ഇരു സ്ഥാപനങ്ങളും അടച്ചിടണം എന്ന അഭിപ്രായത്തിന് മേല്ക്കൈ വന്നു. കാന്റീൻ ഭരണസമിതിയുടെ നിയന്ത്രണം സംഘടനയ്ക്കായതി നാൽ പൂട്ടിയിടാനുള്ള തീരുമാനം അവർ സ്വീകരിച്ചു. കോഫീഹൗസ് മാനേജർ ബുദ്ധിമുട്ട് അറിയിച്ചു.

"അഖിലേന്ത്യാ തലത്തിൽ പ്രവർത്തിക്കുന്ന സ്ഥാപനമാണ്. ഞങ്ങൾക്ക് മാത്രമായി പൂട്ടിയിടാനാവില്ല. മാത്രമല്ല പൂട്ടിയിടരുതെന്ന് മുഖ്യ മന്ത്രിയുടെ ഓഫീസിൽനിന്നും അറിയിച്ചിട്ടുമുണ്ട്. സമരദിവസം നി ങ്ങൾവന്നു പറഞ്ഞാൽ അപ്പോത്തന്നെ അടയ്ക്കാം."

ആ നിർദേശം സ്വീകരിച്ചു.

സമരദിവസം

ഞങ്ങൾ അന്ന് ബൈക്കിലാണ് എത്തിയത്.

ഫോർ എസ് ചാമ്പ്യൻ എന്ന ചുവന്ന പുത്തൻ ബൈക്ക്.

പടർന്നു പന്തലിച്ച ചൈനാ ചെറിയുടെ ചുവട്ടിൽ ബൈക്കുവച്ച് ഞങ്ങൾ യൂണിയനാഫീസിൽ കയറി. നിറയെ പ്രവർത്തകർ. ഏകദിന പണിമുടക്കമായതിനാൽ ഓഫീസുകൾ പിക്കറ്റ് ചെയ്യേണ്ടതില്ല എന്നു തീരുമാനിച്ചിരുന്നു.

ഓഫീസ് സമയം.

ജോലിക്ക് കയറാനായി എത്തിയവർ ധൃതിയിൽ ഗേറ്റു കടന്നുപോയി.

ഭയം അവരുടെ ചലനവേഗത്തിൽ പ്രകടമായി. കൊന്ന മരത്തിനു ചുവട്ടിൽ സൊറ പറഞ്ഞു നിന്നവർ സംഘം ചേർന്നെത്തുന്ന ഞങ്ങളെ കണ്ട് നടന്നുമാറി. കൊന്നമരത്തിന് രണ്ടു ഋതുക്കളൊണ്. വസന്തകാല ശിഖരങ്ങളിൽ മഞ്ഞപ്പൂക്കൾ നിറഞ്ഞിരുന്നു. ഗ്രീഷ്മകാലശിഖരങ്ങൾ ത ളിരിടുന്നതേയുള്ളൂ.

കൊന്നമരങ്ങൾ പിന്നിട്ട് പാർക്ക്ചെയ്തിരിക്കുന്ന വാഹനങ്ങൾക്കിട യിലൂടെ ഞങ്ങൾ കോഫി ഹൗസിൽ എത്തി.

"അടയ്ക്കിണില്ലേ?" യേശയ്യൻ

"മോളീന്നുത്തരവുണ്ട്. തൊറക്കണംന്ന്." മാനേജർ വ്യക്തമാക്കി.

"ഇന്നലെപ്പറഞ്ഞതങ്ങനെയല്ലല്ല്. മോളീന്നാ താഴേന്നാ. എവിട്ന്നു ത്തരവുവന്നാലും ഇന്നത്തെ ഉത്തരവ് ഞങ്ങളതാണ്. അടിച്ച്പൊട്ടി ക്ക്ണ്ടങ്കി അടച്ചിറ്റ്പോ.."

യേശയ്യന്റെ നിലപാട് ഞങ്ങളുടെയാകെ നിലപാടാണ്.

മേശപ്പുറത്തിരുന്ന മീശായിക്കുപ്പിപൊക്കി ഇടിച്ചുവച്ചു.

ശബ്ദം കേട്ട് കാപ്പി കുടിച്ചിരുവന്നവർ എഴുന്നേറ്റു. ചിലർ പണംകൊ

ടുത്ത് ഇടമൊഴിഞ്ഞു. ചിലർ താങ്ങിത്തൂങ്ങി നിന്നു.

എന്തെങ്കിലുമിപ്പം നടക്കും.

"പ്രശ്നമൊണ്ടാക്കണ്ട. മോളിപ്പറയാൻ ആളെ വിട്ടിട്ടൊണ്ട്. അട യ്ക്കാം."

"അങ്ങനയങ്ങ് അടയ്ക്കാൻ വരട്ടെ. ഇതെന്ത് ഉച്ചാലിപ്പീസാ.. വന്ന വർക്ക് ഒന്നും കഴിക്കണ്ടെ? പൊറത്ത്കടകളൊന്നും അടച്ചിറ്റില്ല്. ഇവിടെ മാത്തരം എന്തോന്ന് അടപ്പിക്കല്."

"കരിങ്കാലിപ്പണിക്ക് വരണമാർ മറ്റത് അവിച്ച് തിന്നാ മതി."

ആരോ.....

"തെമ്മാടിത്തം പറയണാ.സംസ്കാരമില്ലാത്ത..."

അയാൾക്ക് മുഴുമിപ്പിക്കാനായില്ല.

കസേരകൾക്കും മേശകൾക്കും മുകളിലൂടെ അയാൾ പറന്നു.

പാത്രങ്ങൾ വീണുടഞ്ഞു.

അപ്രതീക്ഷിതമായ ചെറുത്തുനില്പായിരുന്നു. കരുതിക്കൂട്ടിത്തന്നെ എത്തിയവർ വളരെപ്പെട്ടെന്ന് തിരിച്ചടിച്ചു.

ഒബി വാനുകൾ അണിനിരക്കുന്നത് ജനാലകളിലൂടെ കാണാം.

ടെലിവിഷൻ ക്യാമറകൾ കോഫീഹൗസിലേക്ക് ഇരച്ചുകയറി.

കോഫീഹൗസിനു കിഴക്കുഭാഗത്തായി പഴയ നിയമസഭാമന്ദിര ത്തിനു മുന്നിൽ കാഴ്ചക്കാർ കൂടി.

ഇതിനകം തന്നെ ഇരുകൂട്ടരുടെയും നേതാക്കൾ ഇടപെട്ടു. കോഫി ഹൗസ് അടയ്ക്കുമെന്നും സംഘർഷം അവസാനിപ്പിക്കാമെന്നും ധാര ണയായ നിമിഷം.

ടെലിവിഷൻ ക്രൂ കോഫീഹൗസിനകത്ത് ആധിപത്യം സ്ഥാപിച്ചു കഴിഞ്ഞിരുന്നു.

അവരിലാരോ കാലുയർത്തി ചവിട്ടി. ആരെയെന്നില്ലാതെ. പിരിയാൻ തുടങ്ങിയവർ ഇളകി. ടെലിവിഷൻ ക്രൂവിൽപ്പെട്ട ഒരുവന്റെ കോളറിൽ പിടിവീണു.

കാര്യങ്ങൾ കൈവിട്ടുപോവുകയാണ്.

ടെലിവിഷനുകൾ ലൈവ് ടെലികാസ്റ്റ് തുടങ്ങി.

സെക്രട്ടേറിയറ്റ് ജീവനക്കാർ തമ്മിൽ തല്ലുന്നതിന്റെയും മാധ്യമപ്ര വർത്തകരെ കൈയേറ്റംചെയ്യുന്നതിന്റെയും ദൃശ്യങ്ങൾ ടെലിവിഷൻ സ്ക്രീനുകളിൽ നിറഞ്ഞു.

സംഘർഷം അവസാനിച്ചപ്പോഴും മുൻ ദൃശ്യങ്ങൾ എയർ ചെയ്യ പ്പെട്ടു. ലാന്റ് ഫോണുകൾ ശബ്ദിച്ചു. മൊബൈൽ ഫോണുകൾ നിർ ത്താതെ ചിലച്ചു.

എന്താണിവിടെ നടക്കുന്നത്?

അന്വേഷണങ്ങൾ പെരുകി.

കൈവിട്ടുപോയ കാര്യങ്ങളെ ഓർത്ത് ഖിന്നരായി ഞങ്ങൾ യൂണി യൻ ഓഫീസിലേക്കു പിൻവാങ്ങി. തങ്ങൾക്കുവേണ്ട ദൃശ്യങ്ങൾ മാധ്യമ

ങ്ങൾ സൃഷ്ടിച്ചെടുക്കുന്നതിന്റെ നേരിട്ടുള്ള കാഴ്ച അലോസരപ്പെടുത്തി ക്കൊണ്ടിരുന്നു.

പണിമുടക്കുപ്രകടനം നടന്നു.വീഥികൾനിറഞ്ഞു. സമരഗേറ്റിനു മുന്നിലെ മരത്തണലിൻ കീഴിൽ നിശ്ശബ്ദരായവർ നേതാക്കളുടെ പ്രസം ഗങ്ങൾ ശ്രദ്ധയോടെ കേട്ടു. പ്രധാന നേതാക്കളുടെ പ്രസംഗങ്ങൾ കഴി ഞ്ഞതോടെ പ്രകടനക്കാർ കുറേശ്ശെ പിരിയാൻ തുടങ്ങി.

അടുത്തു നില്ക്കുകയായിരുന്നു യേശയ്യൻ.

"ഡേയ് ഒരു ചായകുടിക്കാം."

ഞാൻ തലകുലുക്കി.

"അകത്ത് അവന്മാര് ഇപ്രാശൃവും ചായയിടയാണെങ്കി..."

"എടുത്തു ചാടി ഒന്നും ചെയ്യിന്റ്."

"ആലോചിച്ചേ ചെയ്യൂ. ചായകുടിച്ചെറങ്ങുമ്പം പ്രസംഗം കഴിഞ്ഞ് നേതാക്കളെത്തും."

ഞങ്ങൾ ആര്യഭവനിൽകയറി. തെരക്കുണ്ട്.

"രണ്ട് വാഴയ്ക്കപ്പം.രണ്ട് ചായ." യേശയ്യൻ ഓഡർ നല്കി. തെര ക്കുണ്ട്.

കഴിഞ്ഞ പൊതുപണിമുടക്കിന് കാന്റീനും കോഫീഹൗസും പൂട്ടി യിട്ടു.

ജോലിക്കുകയറിയവർ മറ്റൊരു തന്ത്രം പ്രയോഗിച്ചു.

പഴയ അസംബ്ലി മന്ദിരത്തിനു മുന്നിൽ അടുപ്പുകൂട്ടി വലിയ ചരുവ ത്തിൽ വെള്ളം തിളപ്പിച്ചു.തോട്ടത്തിൽ വെട്ടിമാറ്റിയ കുറ്റിച്ചെടികളുടെ കവ രങ്ങളും മഹാഗണിയിൽനിന്നും മഴക്കാലത്ത് ഒടിഞ്ഞുവീണുണങ്ങിയ ശിഖരങ്ങളും പഴയ ഫർണിച്ചറുകളും അടുപ്പിൽ കത്തിയമർന്നു.

കട്ടൻചായ പേപ്പർ കപ്പുകളിൽ പകർന്ന് ആഘോഷം തുടങ്ങി...

ചായ കുടിച്ചിറങ്ങിയപ്പോൾ പ്രകടനം പിരിഞ്ഞിരിക്കുന്നു. വഴിമാറ്റി വിട്ട ഗതാഗതം പുനസ്ഥാപിച്ചിരിക്കുന്നു. അല്പം മുമ്പ് കൂറ്റനൊരു പ്രക ടനം കടന്നുപോയതിന്റെ ഒരു തെളിവും അവശേഷിപ്പിച്ചില്ല. എല്ലാം സാധാ രണനിലയിൽ.

യേശയ്യൻ കാമ്പസിനകത്തേക്കു വേഗത്തിൽപ്പോയി. മടങ്ങിവന്ന് നേതാക്കളെ കണ്ടു.

അവരുടെ അടക്കിപ്പിടിച്ച സംസാരം അധികനേരം നീണ്ടില്ല.

"നിങ്ങള് ആരും വേണ്ട. ഞങ്ങള് ഓപ്പറേറ്റ് ചെയ്തോളാം. എല്ലാവ രെയും മാറ്റി നിർത്ത്."

പതിവിനു വിരുദ്ധമായി പ്രകടനം കഴിഞ്ഞ് സെക്രട്ടേറിയറ്റ് ജീവന ക്കാർക്കൊപ്പം അവരും കന്റോൺമെന്റ് ഗേറ്റിലേക്കു നടന്നു. എന്താണ് നടക്കാൻ പോകുന്നത് എന്നറിയാവുന്നവർ വിരലിലെണ്ണാവുന്നവർമാത്രം. കന്റോൺമെന്റ് പൊലീസ് സ്റ്റേഷനുമുന്നിൽ ഏതാനും വാനുകൾ. പാ റാവുകാർ. ഉച്ചയോടടുത്ത സമയം.

പഴയ അസംബ്ലി മന്ദിരത്തിന്റെ മുന്നിൽ അടുപ്പ് അണഞ്ഞു തുടങ്ങി.

എരിഞ്ഞു പകുതിയായ വിറകിൻകഷണങ്ങളിലെ തീക്കനലുകൾക്ക് ജീവ നുണ്ട്. പുകച്ചുരുൾ ഉയരുന്നു. കടലാസുകപ്പുകളിൽ കട്ടൻചായ നുകർന്നു തമാശകൾ പറഞ്ഞു ചിരിച്ച് ആണും പെണ്ണും സൗഹൃദങ്ങൾ പങ്കുവ യ്ക്കുന്നു. സമരംകഴിഞ്ഞു വരുന്നവരെകണ്ട് അവരിൽ പരിഹാസച്ചിരി ഉയർന്നു. കന്റോൺമെന്റ് ഗേറ്റുകടന്ന് ഗേറ്റിൽ കാവൽ നിന്ന സെക്യൂ രിറ്റി ജീവനക്കാരെ അമ്പരപ്പിച്ച് സെക്രട്ടേറിയറ്റ് ജീവനക്കാർക്കൊപ്പം ഇട കലർന്ന് വലിയൊരു കൂട്ടം ഉള്ളിലേക്ക് ഇരമ്പി.

കോഫീഹൗസിനോട് ചേർന്ന് ഞങ്ങൾ മാറിനിന്നു. യേശയ്യന്റെ കൈ യിൽ ഞാൻ മുറുകെ പിടിച്ചിരുന്നു. എന്താണു നടക്കുന്നതെന്നറിയാതെ കൂടെ വന്നവർ കുഴങ്ങി. ഒരിരമ്പലായിരുന്നു. ചായപ്പാത്രം മറിച്ചിടപ്പെട്ടു.

തീക്കനലുകൾ ശീല്ക്കാരത്തോടെ കെട്ടു. കട്ടൻ ചായയുടെ കടും നിറം കുറെ ദൂരം ഒഴുകി നിന്നു. ആരുടെയോ കാല് പൊള്ളി. ചരുവ ത്തിൽ പാറക്കഷണങ്ങൾ വന്നു വീഴുന്നതിന്റെ ശബ്ദം ഉയർന്നു.

കത്തിക്കാനിട്ടിരുന്ന ഫർണിച്ചർ ആയുധമാക്കി അവർ തിരിച്ചടി തു ടങ്ങി.

അത് പ്രതീക്ഷിച്ചതല്ല.

സ്ത്രീകൾ നിലവിളിച്ച് അകത്തേക്കോടി. ചിലർ തിരിഞ്ഞുനിന്നു. ആണുങ്ങൾക്കൊപ്പം അവരും കല്ലു കൈയിലെടുത്തു. കല്ലുകളും മര ക്കഷണങ്ങളും പാഞ്ഞു. നിലവിളികൾ ഉയർന്നു. ടി വി ക്രൂ പാഞ്ഞെ ത്തി. പിന്നെയെല്ലാം ലൈവായി ടി വി സ്ക്രീനിൽ. പരിക്കേറ്റവരെ ആശു പത്രിയിലേക്കു മാറ്റി. കന്റോൺമെന്റ് സ്റ്റേഷനിൽനിന്നും പൊലീസ് ക്യാമ്പിൽനിന്നും പൊലീസുകാർ ഇരമ്പിയെത്തി.

തിരക്കിനിടയിൽ, കൂട്ടസംഘർഷത്തിനിടയിൽ, യേശയ്യന്റെ കൈവിട്ടു.

എവിടെ യേശയ്യൻ?

കണ്ടെത്തപ്പെടുമ്പോൾ കൈപൊള്ളി കുഴമ്പു പുരട്ടി, ആശുപത്രി വരാന്തയിലാണ് യേശയ്യൻ.

"മാറിനിയ്ക്കാമ്പറഞ്ഞിറ്റ് നിങ്ങളും..."

"ഏയ്... ഞാമ്പോയില്ല."

യേശയ്യൻ കണ്ണുകളടച്ച് ചിരിച്ചു.

രണ്ടുവർഷം കടന്നുപോയി.

ഇടതുപക്ഷ സർക്കാർ ഭരണമൊഴിഞ്ഞു.

സമരദിവസം ചായ തിളപ്പിച്ചതും അതു മറിച്ചിട്ടതും പരസ്പരം തല്ലു കൂടിയതും പുറത്തുനിന്നെത്തിയവർ അകത്തുകയറി മർദ്ദിച്ചതും നോട്ടീ സുകളിലൂടെ ചർച്ച ചെയ്യപ്പെട്ടു.

എല്ലാ മാസവും കോടതിയിൽ കണ്ടു.

വിചാരണ വേഗത്തിൽ തീർന്നു. സാക്ഷികൾ പതറാതെ ഉറച്ചു നിന്നു. സത്യവും അസത്യവും കലർന്ന തങ്ങളുടെ നിലപാടുകൾ അവ

തരിപ്പിച്ചു.

പബ്ലിക് പ്രോസിക്യൂട്ടർ രഹസ്യമായി അറിയിച്ചു. ജാമ്യക്കാരെകൂ ട്ടണം. ശിക്ഷ വരും.

അടുത്ത ദിവസം കോടതിവളപ്പിൽ യേശയ്യൻ അടക്കം ഏഴുപ്രതി കൾ മൗനികളായി.

ജാമ്യക്കാരും അകമ്പടിയായി എത്തിയ പ്രവർത്തകരും മരത്തണ ലിലേക്കു മാറി നിന്നു.

പടർന്നുപന്തലിച്ച ചീലാന്തി മരത്തിൽ പഴുത്തിലകൾ നിറഞ്ഞിരി ക്കുന്നു. രാവിലെ തൂത്തുവാരിയതിനു ശേഷവും ടാറിട്ടു മുറ്റത്താകെ ഇല കൾ.

വിലങ്ങണിഞ്ഞ ചെറുപ്പക്കാർ പൊലീസ് വാഹനത്തിൽ നിന്നുമി റങ്ങി.

ജയിലിൽ നിന്നും വിചാരണയ്ക്കെത്തിയവരാണ്. അവർ അകമ്പടി യോടെ കോടതിക്കുള്ളിലേക്കുപോയി.

യേശയ്യൻ പതിവുപോലെ എന്നെ നോക്കി കണ്ണിറുക്കി ചിരിച്ചു. പ്രതി കളെ അകത്തേക്കു വിളിച്ചു. കോടതിമുറിക്കുപുറത്തു ജനാലകൾക്കരി കിൽ ആൾക്കൂട്ടം. ഒപ്പം നിന്നിട്ടും അകത്തുപറയുന്നത് വ്യക്തമായില്ല.

പതുക്കെപ്പതുക്കെ എല്ലാം വ്യക്തമായി.

ഏഴുപേർക്കും തടവുശിക്ഷ. രണ്ടുവർഷം വീതം.

ജാമ്യം നേടി പുറത്തിറങ്ങുമ്പോൾ അവർ ചിരിക്കാൻ ശ്രമിക്കുന്നു ണ്ടായിരുന്നു. മൂന്നാം നാൾ ഏഴുപേരെയും സർവ്വീസിൽനിന്നും പിരിച്ചു വിട്ടു.

20

അഴുക്കോല

സർവ്വീസിൽ നിന്നും ഏഴുപേരെ പിരിച്ചുവിട്ടപ്പോൾ കാമ്പസ് ഞെട്ടി. സംഘടനാ വൃത്യാസമില്ലാതെ പ്രതിഷേധമുയർന്നു. അടക്കിപ്പിടിച്ച സംസാരങ്ങളും ശകാരങ്ങളും ശാപവചസ്സുകളും കേട്ട് അലമാരകൾ വിറ കൊണ്ടു. ഫയൽക്കെട്ടിനുള്ളിൽ കടലാസുകൾ കലാപമുയർത്തി. ഇട നാഴികളിലൂടെ മൗനം പൂച്ചക്കാലുകൾ വച്ചു. പിരിച്ചുവിടൽ ഒരു കിരാത നടപടിയായും കോടതി ശിക്ഷിച്ചതിനാൽ ഒഴിവാക്കാനാവാക്കത്തതായും ഇരുചേരികളിൽനിന്ന് വാദിച്ചു.

പിരിച്ചുവിട്ടവരെ സംരക്ഷിക്കുമെന്ന് സംഘടനകളുടെ സംയുക്ത വേദി പ്രഖ്യാപിച്ചു.

ആദ്യ ഞെട്ടലിൽ നിന്നും വിമുക്തി നേടി സംഘടന മുന്നിട്ടിറങ്ങി.

ഡിഫൻസ് കൗൺസിൽ രൂപപ്പെട്ടു. ഏഴു പ്രതികളുള്ള കേസ് പങ്കു വച്ച് മൂന്നു പ്രഗത്ഭ അഭിഭാഷകരെ ഏല്പിച്ചു. ഹൈക്കോടതിയിൽ അപ്പീൽ ഫയൽ ചെയ്തു.

പിരിച്ചുവിട്ടവർക്ക് എല്ലാ ജില്ലകളിലും സ്വീകരണം നല്കി. ചുവപ്പു തോരണങ്ങളാൽ അലങ്കരിച്ച പ്രത്യേകവാഹനത്തിൽ അവർ സഞ്ചരി ച്ചു.

സ്വീകരണ കേന്ദ്രങ്ങൾ ജനനിബിഡമായി.

പിരിച്ചുവിടപ്പെട്ടവർ താരങ്ങളായി.

സ്വീകരണം കഴിഞ്ഞ് മടങ്ങിയെത്തിയവർ ദിവസവും സംഘടനാ ഓഫീസിൽ എത്തി. സംഘടനാ പ്രവർത്തനത്തിന് ഓജസ്സ് കൂടി. പിരി ച്ചുവിടപ്പെട്ടവർക്ക് എല്ലാ ഒന്നാം തീയതികളിലും അലവൻസ് നല്കി. അവസാനം വാങ്ങിയ ശമ്പളത്തിനു തുല്യമായ തുക. ഏഴുപേരും ഒരു പോലെ ധൈര്യംകാട്ടി. ചാഞ്ചല്യമില്ലാതെ ഉറച്ചു നിന്നു. സംഘശേഷി

യിൽ വിശ്വാസമർപ്പിച്ചു.

എന്നാൽ **ഉള്ളാലെ** അങ്ങനെയായിരുന്നില്ല. പലരും പലവിധത്തിൽ വിഷമം കടിച്ചമർത്തി.

പിരിച്ചുവിടലാണ്!

തൊഴിലിനെ ബന്ധപ്പെടുത്തി കെട്ടിപ്പടുത്ത ജീവിതമാകെ ഉലഞ്ഞു. കുടുംബങ്ങളിൽ പ്രശ്നങ്ങൾ തലപൊക്കി.

പിരിച്ചുവിടപ്പെട്ടവരുടെ വീടുകൾ സന്ദർശിച്ച് മാതാപിതാക്കളെയും

ഭാര്യമാരെയും കുഞ്ഞുങ്ങളെയും ധൈര്യപ്പെടുത്താൻ സംഘടനാ നേതാ
ക്കളും പ്രവർത്തകരും മുൻകൈയെടുത്തു.

"എന്റെ വീട്ടി ആരുംവരണ്ട. അവിടെയാരും പേടിച്ചിരിപ്പില്ല. പിരിച്ചു
വിടൽ സ്ഥിരപ്പെട്ടാൽ മറ്റ് പണികളൊണ്ടല്ല്. പടിച്ച പണിയൊന്നും മറ
ന്നിറ്റില്ല." യേശയ്യൻ പറഞ്ഞു.

"അയാളങ്ങനെയൊക്കെ പറയും. ഒരു സഖാവിനെയും ഒഴിവാക്ക
ണ്ട. ഒരു വീടും വിട്ടുപോണ്ട. വീട്ടിപ്പോണം. അമ്മയിപ്പോഴും ഉണ്ടല്ലോ.
അവരെക്കാണണം. നീ കൂടെ പോടെ. നെന്റെ നാട്ടുകാരനല്ലേ യേശ
യ്യൻ.''

"ഇവൻ വരണ്ട. ഇവന്റെ കൂടെ കൂടിയശേഷമാണ് ഞാൻ കൊഴപ്പ
ക്കാരനായതെന്നാണമ്മ പറയണത്. എവനെക്കണ്ടാ അപ്പമവര് വെട്ടും..''
അതുപറയുമ്പോൾ അയാള് ചിരിക്കുന്നുണ്ടായിരുന്നു.

ഏറെ നാളുകൾക്കുശേഷമാണ് യേശയ്യന്റെവീട്ടിലേക്കുപോകുന്നത്.

കണ്ണോട്ടുകോണം ഏലായുടെ കിഴക്കും പടിഞ്ഞാറുമുള്ള കുന്നുക
ളിലാണ് ഞങ്ങളുടെ വീടുകൾ.

വയലായിരുന്നു ഞങ്ങളെ ബന്ധിപ്പിച്ചിരുന്ന ഇടം.

നടവരമ്പിലൂടെ ആളുകൾ ആ കുന്നിലേക്കും ഈ കുന്നിലേക്കും
സഞ്ചരിച്ചു.

കാളകളെക്കെട്ടി ഉഴുതുമറിച്ചു. മരമടിച്ചു. വരമ്പുകൾ ചെളി തേച്ചു
മിനുക്കി. ഞാറു നട്ടു. കളപറിച്ചു. കൊയ്തു.

കൃഷിയുടെ ഇടവേളകളിൽ വയൽ മേച്ചിൽ സ്ഥലമായി. മദ്ധ്യവേ
നലിൽ കുട്ടികൾ കുട്ടിയും കൂന്തം കളിച്ചു. കബഡി കളിച്ചു. പന്തുതട്ടി.
പച്ചക്കറികൾ കൃഷി ചെയ്തു.

എപ്പോഴും ആളുകൾ.

കൂക്കിവിളികൾ.

അതൊരുകാലം.

ഇടവപ്പാതികളും തുലാവർഷങ്ങളും വേനൽ മഴകളും എത്രയോക
ഴിഞ്ഞു.

കണ്ണോട്ടുകോണം ഏലാ ഇന്നില്ല. മണ്ണിട്ടു നികത്തി വീടുകൾ പ
ണിതിരിക്കുന്നു. വയൽ നികന്നതോടെ ഇരു കുന്നുകളിലെയും മനുഷ്യർ
അവരവരുടെ ലോകത്തേക്ക് ചുരുങ്ങി. വയലിലൂടെയുള്ള വഴിയും സഞ്ചാ
രവും നിലച്ചു.

അനവധി ഇടവഴികളും റോഡുകളും രൂപപ്പെട്ടു.

സഞ്ചാര പഥങ്ങൾ വെവ്വേറെയായി. ശ്രീകാര്യം ചന്തയിൽ പരസ്പ
രംകണ്ടിരുന്നവർ പിന്നെ പിന്നെ കണ്ടാലറിയാതെയായി. കാട്ടുംപുറം
എന്ന പേര് ഇന്ന് അധികം പേരും മറന്നിരിക്കുന്നു.

വികാസ് നഗർ. അതാണ് പുതിയ പേര്. വികാസ് നഗർ പുലയർ
മാത്രം തിങ്ങിപ്പാർക്കുന്ന പ്രദേശമല്ല ഇപ്പോൾ.

പഴയ താമസക്കാർ പലരും വിറ്റൊഴിഞ്ഞു പോയിരിക്കുന്നു. ഭൂപരി ഷ്കരണത്തെത്തുടർന്നു പതിച്ചുകിട്ടിയ കൈവശഭൂമി പുലയരുടെ ജീവി തത്തിൽ മാറ്റംവരുത്തി. വയൽ നികന്നത് അവരെ മെച്ചപ്പെടുത്തി.

കൂടുതൽ കൂലി കിട്ടുന്ന റോഡ് പണിക്കും കെട്ടിടംപണിക്കും മറ്റ് നിർമ്മാണ പ്രവർത്തനങ്ങൾക്കും അവർ കൂട്ടത്തോടെ പോയി. കുട്ടികൾ സ്കൂളുകളിലും കോളേജുകളിലും വിദ്യ തേടി.

വിറ്റൊഴിഞ്ഞ സ്ഥലത്ത് പുതിയ വീടുകൾ വന്നു. ബഹുനില മന്ദിര ങ്ങൾ. കൂറ്റൻ മതിൽകെട്ടുകൾ. പല ഡിസൈനുകളിലെ ഗേറ്റുകൾ. വലിയ വീടുകളിൽ പുതിയ മനുഷ്യർ. ചെറിയ വീടുകളിൽ പഴയ മനുഷ്യർ.

പുതിയ കാലത്ത് പൊരുതിക്കയറാൻ പുലയർ ഏറെ പണിപ്പെടു ന്നുണ്ടായിരുന്നു. സർക്കാരിന്റെയും പഞ്ചായത്തിന്റെയും ഭവനപദ്ധതികൾ വഴി മിക്കവർക്കും ചെറിയ കോൺക്രീറ്റു വീടുകൾ ലഭിച്ചു. ചെറ്റക്കുടി ലുകൾ അപ്രത്യക്ഷമായി.

യേശയ്യൻ മുറ്റത്തുതന്നെയുണ്ട്. ഓടുമേഞ്ഞ വീട്ടിൽ രണ്ടുമുറി കോൺക്രീറ്റ് ചെയ്തിരിക്കുന്നു. പണ്ടെങ്ങോ വെള്ളച്ചായം പൂശിയിട്ടുണ്ട്. പത്തുസെന്റോളം വരുന്ന സ്ഥലത്താണു വീട്. വീട്ടുവളപ്പിൽ പച്ചക്കറി കൾ.

രണ്ടുതട്ടുകളിലായി ചുവന്ന കീര. ഏതാനും മൂട് വെണ്ട. വെണ്ട യിൽ അടർത്തിയെടുക്കാറായ മുഴുത്ത വെണ്ടയ്ക്കകൾ. മഞ്ഞപ്പൂവുകൾ.

കൂരയിലേക്കു പടർന്നുകയറിയ ചതുരപ്പയർ. മാവിലേക്കു പടർന്ന അമര. തറയിൽ പടർന്നുപന്തലിച്ച മത്തൻ. ഏതാനും വാഴകൾ. പാളേ ങ്കോടൻ, മലയൺണ്ണാൻ, കപ്പ.

അകത്തേക്ക് ക്ഷണിച്ചിരുത്തി യേശയ്യൻ അടുക്കളയിലേക്ക് മറഞ്ഞു. ചുമരിൽ വിദൂരതയിലേക്കു നോക്കി വിഷാദ ക്രിസ്തു. അടുത്തായി എ കെ ജി. ഇ എം എസ്, കെ ആർ ഗൗരി എന്നിവർ ഒരുമിച്ചിരിക്കുന്ന പഴയ ചിത്രം.

ഗൗരിയമ്മ പാർട്ടിക്കുപുറത്തായിട്ടും യേശയ്യൻ വീട്ടിനു പുറത്താ ക്കിയില്ല.

വിവാഹാശംസ നേർന്നുകൊണ്ടുള്ള പാർട്ടിയുടെ മംഗളപത്രം.

സെക്രട്ടേറിയറ്റ് സഹകരണസംഘത്തിന്റെ കലണ്ടറിൽ നീലമഷി കൊണ്ടുള്ള എഴുത്തുകൾ.

കണക്കുകളാണ്.

വരവുചെലവുകണക്കുകൾ!

യേശയ്യന്റെ ഭാര്യ ട്രേയിൽ ചായയുമായി എത്തി.

കണ്ണാടിപ്പാത്രങ്ങളിൽ, ഒരേയളവിൽ, കൊതിയൂറും നിറത്തിൽ കട്ടൻചായ.

ചെറിയൊരു ചീനാക്ലേ പ്ലേറ്റിൽ ഹോർലിക്സ് ബിസ്ക്കറ്റ്.

മേശമേൽ ചായപ്പാത്രം വച്ചു. ബ്ലേഡുകൊണ്ടും പേന കൊണ്ടും

പെൻസിൽ കൊണ്ടും കുട്ടികൾ ചിത്രപ്പണികൾ ചെയ്ത മേശ.

വിവിധ ചെടികളും കിളികളും മരങ്ങളും മേശയിൽ സഹവസിച്ചു.

ഒപ്പം അരിവാൾ ചുറ്റിക നക്ഷത്രവും കുരിശും.

"ഇപ്പഴിവിടെയെങ്ങും ഇല്ലേ. കാണാനേ ഇല്ലല്ല്. സമരോം എലഷനും ഇല്ലാത്തോണ്ടായിരിക്കും." സുശീലച്ചേച്ചി, യേശയ്യന്റെ ഭാര്യ, കുശലം പറഞ്ഞു.

ചിരിച്ചിരുന്നതല്ലാതെ മറുപടി പറഞ്ഞില്ല.

അവർക്കു മുന്നിൽ മറുപടികളൊന്നുമില്ല.

"അവന് ഇപ്പം തെരക്കോടു തെരക്കല്ലെ. അവിടത്തെ നേതാവല്ലേ? നീയെന്തര് വിചാരിച്ച്.പഴേ ആളെന്നാ..." യേശയ്യൻ പതുക്കെ പൊക്കി.

"ഇവിടൊരാള് ഇരുപ്പുത്തിട്ടമായല്ല്.പണി പോയിക്കിട്ടിയല്ല്. നിങ്ങള് എത്തരകാലമെന്നുവച്ച് സഹായിക്കും. ആലോചിക്കുമ്പം കൂമ്പുകത്ത ണ്." ഇറ്റുവീഴാത്ത കണ്ണുനീർ.

"ചുമ്മാതിരി... ചുമ്മാതിരി." യേശയ്യൻ സാന്ത്വനപ്പെടുത്തി.

"ഇവിടത്തെ കാര്യംമാത്തറമല്ല ഏഴുപേരേംകാര്യം പറഞ്ഞെന്നേ യൊള്ളൂ." സുശീലച്ചേച്ചി ചിരിക്കാൻ ശ്രമിച്ചു.

"നമ്മളൊക്കെ ശമ്പളം വാങ്ങുമെങ്കി യേശയ്യൻ സഖാവും വാങ്ങും. അതിനൊള്ള കരുത്തൊക്കെ സംഘടനയ്ക്കൊണ്ട്." ഞാനിടപെട്ടു.

"ഇവിടത്തെയാളാരിക്കും തൊടങ്ങിയത്. എല്ലാത്തിനും എടുത്തുചാ ടിക്കോളും. അവസാനം...."

അവർ പൂർത്തിയാക്കിയില്ല.

"അമ്മയെവിടെ."

"കൊളക്കരെക്കാണും..."

"ഏതുകൊളം?"

"ചെറുകോണത്തു കൊളത്തില്.."

"അത് നെകത്തീല്ലേ."

"ഇത്തിരിബാക്കിയൊണ്ട്. അതിലെപ്പോഴും ഊറ്റാണ്."

"പണ്ട് ഏതു വേനലിലും വറ്റാത്തകൊളമാര്ന്ന. എപ്പഴും മാനത്തു കണ്ണികള് വന്ന് നെറഞ്ഞു നിക്കുമാര്ന്ന്."

"ഇപ്പം മീനെല്ലാംപോയില്ലേ."

"കൊളത്തിന്റെ വാല് മാത്തറേ ബാക്കിയൊള്ളൂ. അവിടെയാണമ്മച്ചി ഓല അഴ്ക്കലിടണത്."

"അവരിപ്പഴും ഓല മെടയോ?"

"അമ്മച്ചി ഒരു നേരോം വെറുതേയിരിക്കൂല്ല."

"പോയി നോക്കിയാലോ?"

"എന്തിരിന്?"

"ചുമ്മാ ഒന്നു കണ്ട് കാര്യം പറഞ്ഞ് പോവാം."

"പിന്നെ വേറെ പണിയില്ല."

നിർബന്ധിച്ചപ്പോള് യേശയ്യൻ വഴങ്ങി.

ചെറുകോണത്തു ചിറ ഒന്നര ഏക്കറോളം വിസ്താരമുണ്ടായിരുന്നു. രാത്രി ചിറക്കരയിൽ ചങ്ങലകിലുങ്ങും. ചെറുകോണത്തു ചിറയിൽനിന്നും മഞ്ഞിക്കുളത്തിലേക്കും അവിടെ നിന്നും തുമ്പറയിലേക്കും പോക്കുവര വുണ്ടായിരുന്നു. ചങ്ങലകിലുക്കം കേൾക്കുമ്പോൾ ആളുകൾ ചെറ്റപ്പുര കളുടെ വാതിലുകളടയ്ക്കും. പാതിരാവിൽ ആകാശത്തുനിന്നും പറന്നു വീഴുന്ന പന്തങ്ങൾ ചെറുകോണത്തു ചിറയെ തീക്കുണ്ഡമാക്കും. ചിറ ക്കരയിൽ പന്തങ്ങൾ തീന്യത്തം ചെയ്യും.

പകലാകുമ്പോൾ ചിറക്കരയിൽ രാത്രി നടന്ന ഒന്നിനും തെളിവു ണ്ടാവില്ല.

തെളിഞ്ഞ വെള്ളവും പരൽമീനുകളും മാത്രം.

അഴുക്കിയിട്ട ഓലയുടെ ഗന്ധം അടുത്തടുത്തു വന്നു.

"അമ്മച്ചിയവിടൊണ്ട്." യേശയ്യൻ കൈചൂണ്ടിയിടത്തേക്കു നോക്കി.

നിഴൽപോലെ ഒരു രൂപം കുനിഞ്ഞിരിപ്പുണ്ട്. കുതിർന്ന ഓലക്കീറു കൾ കരയിൽ കയറ്റിയിട്ടിരിക്കുന്നു. വെള്ളത്തിലാണ്ടുകിടക്കുന്ന കുറേ യേറെ ഓലക്കീറുകൾ.

ഞങ്ങൾ അടുത്തെത്തിയത് റോസമ്മ അറിയുന്നില്ല.

നിശ്ശബ്ദരായി നില്ക്കാൻ യേശയ്യൻ ആംഗ്യം കാട്ടി.

പുതിയൊരോലക്കീറ് അവർ മുന്നിൽ നിവർത്തിവച്ചു.

ഓലമെടയാൻ തുടങ്ങി. ആദ്യത്തെ മൂന്നിലക്കുകൾ വിടർത്തി നടു ക്കുള്ള ഓലയിലക്കിനിടയിലൂടെ നാലാമത്തൊരിലയ്ക്ക് തിരുകിക്കയറ്റി. വീണ്ടും മൂന്നിലക്കുകൾ നിവർത്തുന്നു. നാലാമതൊരിലയ്ക്ക് രണ്ട് ഇല ക്കുകൾക്കിടയിലൂടെ. അനാദിയായ കാലത്തെ നെയ്തെടുക്കുന്ന സൂക്ഷ്മ തയോടെ റോസമ്മ.

ഒരു ഏലായുടെ അകലം മാത്രമുണ്ടായിട്ടും റോസമ്മയെ കണ്ടുമു ട്ടിയില്ല. എത്രയോ കാലം.

റോസമ്മ നന്നേ വൃദ്ധയായിരിക്കുന്നു. മുടി നരച്ചിട്ടില്ല. പിൻകഴു ത്തിൽ ചുളിവുകൾ വീണിരിക്കുന്നു. ഒട്ടും പാകമല്ലാത്ത ജംബറാണ് ധരി ച്ചിരിക്കുന്നത്. നിറയെ ചിത്രങ്ങളുള്ള കൈലിയാണുടുത്തിട്ടുള്ളത്. അത് അങ്ങിങ്ങ് പിഞ്ഞിപ്പോയിട്ടുണ്ട്. ഓലയിലക്കുകൾ നിവർക്കുകയും ചെരി വുകയും ചെയ്യുന്നതിന്റെ ശബ്ദംമാത്രം.

അഴുക്കലോലയുടെ രൂക്ഷമണം അടിച്ചുകയറി.

"അമ്മച്ചീ.."

"യേശാ..."

"ഓ...തന്നെ. ആപ്പീസിന്നു വന്നയ്ക്കണവരെ കണ്ടാ..."

അവർ തല ഉയർത്തി നോക്കി. പരിചയക്കാരായി ആരുമില്ല., വീണ്ടും ഓലയിലേക്കു തിരിഞ്ഞു.

"യേശാ... നെന്റെ ജോലി തിരിയെ കിട്ടിയാടാ."

"അതിന് എന്റെ ജോലി പോയന്നാരാണ് അമ്മീച്ചീരോട പറഞ്ഞത്."

"എടാ ഇവിടിരുന്നാ എല്ലാം അറിയും... കാറ്റിക്കൂടിയല്ലേ എല്ലാം വര

ണത്. റേഡിയോ ടെലീശൻ..."

റോസമ്മ മോണകാട്ടിച്ചിരിച്ചു.

"യെവനെ അറിയോ അമ്മച്ചീ..."

യേശയ്യൻ എന്നെ മുന്നോട്ടു നീക്കി നിർത്തി.

"അവർ സൂക്ഷിച്ചു നോക്കി.

"ഒരുപിടീം ഇല്ലപ്പീ.കണ്ണും കാതും കെട്ടാ ചാവണം. സമാധാന
ത്തോടെ ചാവാനൊക്കേ. കണ്ടില്ലേ ഒരുത്തൻ ജോലികളഞ്ഞ്..."

"അമ്മച്ചി ഒന്നൂടെ സൂക്ഷിച്ച് നോക്ക്..."

"എനിക്കൊന്നും തെരിയണില്ല... നീ തന്നെ പറയെടാ.. ആരാന്ന്."

"അക്കര ഓടിട്ട കെട്ടിടത്തിലെ..."

"ആശാന്റെ മോനാ..."

"നെന്ന കണ്ടിട്ട് എത്രകാലം കഴിഞ്ഞ് പിള്ളേ... ഞങ്ങളൊക്കെ
ചത്താ ഒണ്ടാന്ന് വന്ന് നോക്കിയാ... വയല് പോയപ്പം എല്ലാം പോയി.."

"യേശയ്യനെ കാണാൻ വരാറൊണ്ട്. നിങ്ങള കണ്ടിറ്റ് കൊറെ ആയി."

അവർ എന്റെ കൈ കവർന്നു. മുഖത്തേക്കു നോക്കി. ഈർപ്പംവ
റ്റിയ കണ്ണുകൾ. അഗാതധയിൽനിന്നും ഇറ്റുനീർ.

"കശണ്ടി കേറിയാ.. എത്തറ പെട്ടെന്നാണ് പിള്ളരെക്കെ വയസ്സാവ
ന്നത്... അപ്പനെ കണക്ക് തന്നെ...ഇപ്പഴിങ്ങോട്ടൊന്നും കാണാനില്ലല്ല്.
ആശാനെ..."

റോസമ്മ സ്വരം താഴ്ത്തി ചോദിച്ചു.

"യേശന്റെ ജോലി തിരിയേ കിട്ടോ മക്കളേ... അവനതു മാത്തരേ
ഒള്ളൂ. പെണ്ണു വളർന്നുവരണ്. ചെറുക്കനെങ്ങും എത്തീറ്റുമില്ല. നിങ്ങ
ളെക്ക ചേർന്ന് അവന്റെ ജോലിവാങ്ങിച്ച് കെടുക്കോ..."

"കേസ് നമ്മള് ജയിക്കും. അതുവരെ അയാക്ക് ബുദ്ധിമുട്ടുണ്ടാവാതെ
നോക്കും."

"നോക്കിയാ.. പുണ്യം കിട്ടും. ഓ.. അല്ലെങ്കി പോട്ട്. ഞങ്ങളെ കൂട്ട
രിക്ക് ഗേർമെന്റ് ജോലി പറഞ്ഞിട്ടില്ല. അവനും ഓല മൊടയാനറിയാമ
ല്ല്... എല്ലാരുംകൂടെ മൊടഞ്ഞാ കഞ്ഞിക്ക് കിട്ടും.."

എല്ലാരെയും ഒരുവട്ടം കൂടി നോക്കി റോസമ്മ ഓലയിലേക്കു മുഖം
തിരിച്ചു.

പിന്നെ, അവരേതോ ലോകത്തേക്ക് പോയി. കൈകൾ അതറിഞ്ഞില്ല.
ഓലകൾ മെടഞ്ഞുകൊണ്ടേയിരുന്നു.

മൗനമായി മടങ്ങി.

21

ബൈക്കിനു പിന്നിലിരുന്ന് ഒരു മടക്കം

അപ്പീലിന്മേൽ ഹൈക്കോടതി തീരുമാനമെടുത്തു.

തെളിവിന്റെ അഭാവത്തിൽ ഏഴുപേരെയും വെറുതെവിട്ടു. ശിക്ഷി ക്കപ്പെട്ടാലുടൻ പിരിച്ചുവിടണമെന്നില്ല. സർക്കാർ മൈൻഡ് അപ്പീ ചെയ്യ ണം. ഇക്കാര്യത്തിൽ അതുണ്ടായിട്ടില്ല.

ആഹ്ലാദം കാമ്പസിൽ നുരഞ്ഞുപൊന്തി.

ഐക്യത്തിന്റെ വിജയം!

ആശ്വാസത്തിന്റെ ദിനങ്ങൾക്ക് ദൈർഘ്യം കുറവാണ്.

സാമ്പത്തിക നയം ഉയർത്തിയ കരിമേഘങ്ങൾ ഇന്ത്യക്കുമേൽ നിറ ഞ്ഞു.

പൊതുസമ്പത്ത് എന്ന സങ്കല്പം ഇന്ത്യാ ഗേറ്റ് കടന്നു.

സംസ്ഥാനങ്ങളുടെ വരുമാനസ്രോതസ്സുകൾ വറ്റിവരണ്ടു. കേരള ത്തിലും സാമ്പത്തിക ഞെരുക്കം രൂക്ഷമായി.

അധികച്ചെലവുകൾ കുറയ്ക്കാനും വരുമാനം കൂട്ടാനുമുള്ള ആലോ ചനകളാൽ മന്ത്രാലയങ്ങൾ പുകഞ്ഞു.

ധവളപത്രം.

സർക്കാരിന്റെ സാമ്പത്തിക സ്ഥിതി വെളിപ്പെടുന്ന രേഖ പുറത്തു വിട്ടു.

കടുത്ത നടപടികൾ ഏവരും പ്രതീക്ഷിച്ചു. മുണ്ടു മുറുക്കിയുടു ക്കാനും കയ്പ്കഷായം കുടിക്കാനും മുഖ്യമന്ത്രി ഉപദേശിച്ചു.

ശമ്പളമുൾപ്പെടെ വെട്ടിക്കുറയ്ക്കുമെന്ന് കിംവദന്തി പ്രചരിച്ചു.

സംഘടനകൾ കാമ്പയിനുകളിൽ മുഴുകി. സംസ്ഥാന സിവിൽ സർവ്വീസിൽ അസ്വസ്ഥത പടർന്നു.

ക്രിസ്തുമസിന്റെ പ്രത്യാശയും പുതുവത്സരത്തിന്റെ പ്രതീക്ഷകളും

അന്തരീക്ഷത്തെ പൊതിഞ്ഞു നിന്ന നേർത്ത മഞ്ഞിന്റെ ആവരണവും അപ്രത്യക്ഷമായി.

അനിശ്ചിതകാല പണിമുടക്കം പ്രഖ്യാപിക്കപ്പെട്ടു.

വിവിധ സമരമുന്നണികളിൽ എല്ലാ സംഘടനകളും ചേർന്നു.

ഭരണാനുകൂല പ്രതിപക്ഷാനുകൂല ലേബലുകൾ മാഞ്ഞുപോയി.

ഒറ്റക്കെട്ടായ പണിമുടക്കം. സംസ്ഥാനത്തൊട്ടാകെ സർക്കാർ ഓഫീ
സുകളും വിദ്യാലയങ്ങളും അടഞ്ഞുകിടന്നു.

പൂട്ടിയിട്ട ഓഫീസുകളുടെ താക്കോൽ മേൽത്തട്ടുകളിലേക്ക് കുലു
ങ്ങി. കേരള എസൻഷ്യൽ സർവ്വീസ് മെയ്ന്റനൻസ് ആക്ട് നിലവിൽ
വന്നു. ഉറങ്ങിക്കിടന്നവരെ, ഗർഭിണികളെ വികലാംഗരെ പൊലീസ്
വാഹനങ്ങളിലേക്കും കോടതികളിലേക്കും ജയിലുകളിലേക്കും മാറ്റി.
ഡൈസ് നോൺ—നോ വർക്ക് നോ പേ—പ്രാബല്യത്തിൽ വന്നു.

ഇന്നലെ വരെ പുറത്തുകാണാത്ത സമരശക്തി ദൃശ്യമായി. ഐക്യം
സമരത്തിന്റെ മുന്നുപാധിയാണെന്ന കാര്യം കൂടുതൽ ബോദ്ധ്യപ്പെട്ടു.
നഗരങ്ങൾ കേന്ദ്രീകരിച്ച് നിത്യവും പ്രകടനങ്ങൾ നടന്നു. വിപരീതമുന്ന
ണികളിൽ അണിനിരന്നവർ വിവിധ സമയങ്ങളിൽ വിവിധ സ്ഥലങ്ങളിൽ
കേന്ദ്രീകരിച്ച് പ്രകടനം നടത്തി. ചില സ്ഥലങ്ങളിൽ അവർ മുഖാമുഖം
വന്നു. കൈവീശി മുഷ്ടിചുരുട്ടി അവർ ഐക്യപ്പെട്ടു.

സമരസഹായസമിതികൾ സജീവമായി.

സമരകേന്ദ്രങ്ങളിൽ ഉച്ചക്കഞ്ഞി തയ്യാറായി.

അരിയും പയറും പച്ചക്കറിയും സമരകേന്ദ്രങ്ങളിലെത്തി. മുഖാമു

ഖമെത്തിയാൽ മുഖം തിരിക്കുന്ന സർക്കാർ ജീവനക്കാരും ചുമട്ടുതൊ ഴിലാളികളും തോളോട് തോൾ ചേർന്നു. കുറ്റപ്പെടുത്തലുകൾ, പരിഭവ ങ്ങൾ അലിഞ്ഞുതീർന്നു. അവിശ്വസനീയതയുടെ അമ്പരപ്പോടെയാണ് സെക്രട്ടേറിയറ്റ് കാമ്പസ് പുതിയ സാഹചര്യങ്ങളെ കണ്ടത്.

ധവളപത്രത്തിനും ഏതാനും നാളുകൾക്ക് മുമ്പ് കാമ്പസിനുള്ളിലെ കാമ്പയിനുകൾ കൊടുമ്പിരിക്കൊണ്ടിരിക്കെ സെക്രട്ടേറിയറ്റ് അനക്സ് മന്ദിരത്തിന്റെ ആറാം നിലയിൽ ഞങ്ങളെത്തി. അവിടെ ടെറസിൽ നിന്നാൽ കിഴക്കൻ മലകളും മൂക്കുന്നിമലയും നഗരത്തിലെ പ്രധാന മന്ദി രങ്ങളും വീഥികളും തെളിഞ്ഞുകാണാം. അറബിക്കടലിന്റെ ഇരമ്പലും തീവണ്ടിയുടെ ചൂളം വിളിയും താഴ്ന്നിറങ്ങുന്ന വിമാനങ്ങളുടെ മുഴക്കവും കേൾക്കാം. കടൽക്കാറ്റേല്ക്കാം.

എന്നാൽ കാറ്റുകൊള്ളാനും കാഴ്ചകാണാനുമായിരുന്നില്ല ഞങ്ങ ളെത്തിയത്.

വരാൻപോകുന്ന സമരത്തിന്റെ സന്ദേശവാഹകരായി എത്തിയ താണ്.

യേശയ്യൻ ഇപ്പോൾ നേതാവല്ല.

നേതൃസ്ഥാനമൊഴിഞ്ഞു.

വിരമിക്കാനുള്ള കടലാസുകൾ നീക്കി. ഞങ്ങൾക്ക് ഒപ്പവും അല്പം മുന്നിലായും യേശയ്യനുണ്ട്.

ഇടനാഴിയിൽ നിറയെ പ്രവർത്തകർ. സമരപരിപാടികൾ വിശദീക രിക്കുന്നതിനായി യേശയ്യൻ ഹാളിനുള്ളിൽനിന്നും എന്നെ ക്ഷണിച്ചു. ഇപ്പോൾ ഞാൻ നേതാക്കളിലൊരാളാണ്. നിർത്താതെ ചലിക്കുന്ന ടൈപ്പ്റൈറ്ററുകൾ. കടലാസുകൾ മറിയുന്നതിന്റെ മർമ്മരങ്ങൾ. കുശലം പറയലിന്റെ, വർത്തമാനങ്ങളുടെ, കൂട്ടച്ചിരികളുടെ കൂടിക്കലരൽ.

എല്ലാവരുടെയും ശ്രദ്ധക്ഷണിച്ച് പ്രസംഗം ആരംഭിച്ചു. ഹാൾ നിശ്ശ ബ്ദമായി. ആനുകൂല്യങ്ങൾ നഷ്ടപ്പെടാനുള്ള സാഹചര്യം ഒരുങ്ങി. അതി നുള്ളകാരണം നവലിബറൽ നയങ്ങളാണെന്ന് വിശദീകരിക്കുകയാണ്. തൊട്ടുമുന്നിലിരുന്ന ഒരു സ്ത്രീ അവളുടെ രണ്ടു ചെവികളിലും ചൂണ്ടു വിരൽ കുത്തിക്കയറ്റി എന്നെ നോക്കിയിരുന്നു.

ദേഷ്യം ഇരച്ചുകയറിയപ്പോൾ വാക്കുകൾ മുങ്ങി. സമനില വീണ്ടെ ടുത്ത് പ്രസംഗിച്ച് നിർത്തി.

യേശയ്യൻ പാഞ്ഞടുത്തു. "എന്ത് മര്യാദകേടാണ് നിങ്ങൾ കാണിച്ച ത്. പ്രസംഗം പിടിച്ചെങ്കിൽ എറങ്ങിപ്പോകാമല്ലോ. നിങ്ങളേം കൂടി കാര്യ മല്ലേ."

അവൾ എന്റെ നേരെ തിരിഞ്ഞു.

ഞാൻ യേശയ്യനെ വിലക്കി.

"ഞാൻ മനഃപൂർവ്വംതന്നെ ചെയ്തതാണ്. നിങ്ങള് നടത്തിയത് രാഷ്ട്രീയ പ്രസംഗമല്ലേ. രാഷ്ട്രീയം അങ്ങ് പൊറത്ത് തെരുവിപ്പറഞ്ഞാ പ്പോരെ? ഇവിടെ ജോലി ചെയ്യണവരെ തടസ്സപ്പെടുത്താൻ നിങ്ങക്കാരാ

ണവകാശം തന്നത്. പിന്നെ ആനുകൂല്യങ്ങളുടെ കാര്യം. നിങ്ങള് പറ
ഞ്ഞതത്രയും നുണയല്ലേ? ശമ്പളം കൊറയ്ക്കാൻ ഏതെങ്കിലും സർക്കാ
രിനു കഴിയുമോ? പെൻഷൻ ഇല്ലാതാക്കാൻ കഴിയുമോ? സർക്കാർ വകു
പ്പുകൾ സ്വകാര്യവല്ക്കരിക്കുമെന്നൊക്കെപ്പറയണത് ശുദ്ധ തട്ടിപ്പല്ലേ?"

"സഹോദരീ നമ്മളിവിടത്തന്നെകാണും. അധികകാലം വേണ്ട.
എല്ലാം നേരിട്ടനുഭവിക്കുമ്പം പഠിച്ചോളും." യേശയ്യനാണ് മറുപടിപറഞ്ഞു.

ഏറെനാളുകൾ കഴിഞ്ഞില്ല. ധവളപത്രം വന്നു.

തുടർന്നുള്ള കാബിനറ്റ് കഴിഞ്ഞു.

അതേ നില. അതേ ഹാൾ. അതേ പ്രാസംഗികൻ. അതേ സ്ത്രീ.

വിരലുകൾ ചെവിയിൽ തിരുകിയില്ല.

തെല്ലു തടിച്ചചുണ്ടുകൾ വിടർന്നിരുന്നു. വെളുത്തമുഖത്തേക്ക് ചോര
യിരമ്പുന്നുണ്ട്.

വെളുത്ത സാരിയിലെ ചുവന്ന പൂക്കൾ മിഴിതുറക്കുന്നുണ്ട്.

ഞാൻ പറഞ്ഞുനിർത്തി.

"അതിനാൽ പ്രിയമുള്ളവരെ ഈ നയങ്ങളിൽ പ്രതിഷേധിച്ച് നാം
മുഖ്യമന്ത്രിയുടെ ഓഫീസ് ഉപരോധിക്കുകയാണ്. നിങ്ങളെല്ലാരും സീ
റ്റുകൾ വിട്ട് എഴുന്നേല്ക്കുക. മുഖ്യമന്ത്രിയുടെ ഓഫീസിലേക്ക് എ
ത്തുക."

സ്വന്തം വയറിലും മേശമേലുമായി ചേർത്തുപിടിച്ചിരുന്ന റൈറ്റിങ്
ബോഡ് ഇരു കൈകളിലും താങ്ങി മേശമേലിട്ടു. മേശപ്പുറത്തു നിന്നും
ഫയൽക്കെട്ടുകൾ താഴെ വീണു. അതെടുത്തുവയ്ക്കാൻ മെനക്കെടാതെ
അവൾ മുഖ്യമന്ത്രിയുടെ ഓഫീസ് ലക്ഷ്യമാക്കി ഓടിപ്പോയി.

രണ്ടാം നിലയിലാണ് മുഖ്യമന്ത്രിയുടെ കാബിൻ. സീറ്റുകളും
ഫ്ലോറുകളും വിട്ട് ഇടനാഴികൾ നിറഞ്ഞ് ജീവനക്കാർ കൂട്ടംകൂട്ടമായി
എത്തിക്കൊണ്ടിരുന്നു. വിശാലമായ കാർപാർക്കിങ് ഏര്യ കഴിഞ്ഞ്
നോർത്ത് സാൻഡ്വിച്ച് ബ്ലോക്കിനോടു ചേർന്ന് പ്രധാന കവാടത്തിൽ
എത്തി. സെക്യൂരിറ്റി ജീവനക്കാർ തടഞ്ഞു. നിമിഷങ്ങൾക്കുള്ളിൽ പൊലീ
സെത്തി. സെക്യൂരിറ്റി ജീവനക്കാരുടെ കൈയിൽ നിന്നും കാര്യങ്ങൾ
വഴുതിപ്പോയാൽ ഇടപെടാനായി പൊലീസ് ജാഗരൂകരായി. കിഴക്കുഭാ
ഗത്തെ ലിഫ്റ്റിലൂടെ പൊലീസുകാർ മുഖ്യമന്ത്രിയുടെ ഓഫീസിലെത്തി
നിലയുറപ്പിച്ചു.

വന്നുകൂടിയവരുടെ മുഖങ്ങളിൽ രോഷം തികട്ടി. അവർ ഉച്ചത്തിൽ
മുദ്രാവാക്യം മുഴക്കി.

ടെലിവിഷൻ ചാനലുകളെത്തി.

ടെലിവിഷനിൽ സെക്രട്ടേറിയറ്റിനുള്ളിൽ നടക്കുന്ന സംഭവങ്ങൾ
ലൈവായി ടെലികാസ്റ്റ് ചെയ്തു.

പുറത്ത്, ഓഫീസുകൾവിട്ടിറങ്ങിയ ജീവനക്കാർ സമരഗേറ്റിൽ തടി
ച്ചുകൂടി.

വരാന്തയും കാർഷെഡും പൂന്തോട്ടവും നിറഞ്ഞ് ജീവനക്കാർ സമ

രഗേറ്റുവരെ നീണ്ടു.

അച്ചടക്കം പാലിക്കാൻ നേതാക്കൾ ആവർത്തിച്ച് അഭ്യർത്ഥിച്ചു.

സംഘടനാനേതാക്കൾ പ്രസംഗിച്ചു. സെക്രട്ടേറിയറ്റ് ജീവന ക്കാർക്കും പുറത്തുള്ള ജീവനക്കാർക്കുമിടയിൽ ഒരു ഗേറ്റിന്റെ തടസ്സം മാത്രമേ ഉണ്ടായിരുന്നുള്ളൂ.

പ്രസംഗങ്ങൾ കഴിഞ്ഞ് പ്രകടനത്തിനായി നീങ്ങിയപ്പോൾ അടഞ്ഞു കിടന്ന ഗേറ്റുകൾ തുറന്നു.

മഹാനദി കടലിൽ ചേർന്നു. പണിമുടക്ക് പിൻവലിക്കാതെ ചർച്ചയി ല്ലെന്ന് സർക്കാർ. ആനുകൂല്യങ്ങൾ തിരികെ ലഭിക്കാതെ പണിമുട ക്കിൽനിന്നും പിന്മാറില്ലെന്ന് സംഘടനകൾ.

അറസ്റ്റ് നിത്യേന നടന്നു.

സ്ത്രീകൾ ഉൾപ്പെടെ നൂറുകണക്കിന് ജയിലിലായി.

കാമ്പസിനുള്ളിൽ പണിമുടക്കം പൂർണ്ണമായിരുന്നു.

മന്ത്രിമാരും ഏതാനും പേഴ്സണൽ സ്റ്റാഫുമൊഴികെ ആരും ജോലി ക്കെത്തിയിയില്ല.

ഏറ്റവും മുകളിൽ അഡീഷണൽ സെക്രട്ടറി മുതൽ താഴെ ശുചീ കരണത്തൊഴിലാളികൾവരെ പണിമുടക്കിൽ ഉറച്ചു നിന്നു.

കാമ്പസിലെ കാർഷെഡുകളിലും ഇടനാഴികളിലും തെരുവുപട്ടികളും പൂച്ചകളും താമസമുറപ്പിച്ചു.

പൂന്തോട്ടം വാടിക്കരിഞ്ഞു.

ആൽമരത്തിൽനിന്നും വാകകളിൽനിന്നും കൊഴിഞ്ഞ ഇലകളും പൂക്കളും കായ്ഫലങ്ങളും കൊണ്ട് മുറ്റവും റോഡുകളും നിറഞ്ഞു.

ആൾപ്പാർപ്പില്ലാത്ത വീടുപോലെ സെക്രട്ടറിയേറ്റ് മന്ദിരം നില കൊണ്ടു.

സംഘടന ഉണർന്നു പ്രവർത്തിച്ചു.

ഇതുവരെ രംഗത്തുകാണാത്ത പലരും ഉശിരന്മാരായി എത്തി. ദിവ സങ്ങൾ നീണ്ടുപോകെ, പലരും നിരാശരായി. സമരത്തിൽ ഉറച്ചു നിർത്താൻ ഗൃഹസന്ദർശനം നടത്തി. ഫോണിൽ ബന്ധപ്പെടാവുന്നവരെ ബന്ധപ്പെട്ടു.

രാവിലെ യേശയ്യനെ ബൈക്കിൽ കയറ്റി സമരരംഗത്തെത്തും. കഞ്ഞിയും പുഴുക്കും വലിയ പാത്രങ്ങളിൽ തയ്യാറായി. വലിയ പാത്ര ങ്ങളും ഗ്യാസ് സ്റ്റൗവും അരിയും പച്ചക്കറികളും നിറഞ്ഞ് യൂണിയൻ ഓഫീസ് അടുക്കളയായി. സഹായം എത്തിക്കൊണ്ടിരുന്നു.

പതിനൊന്നുമണിയോടെ പ്രകടനങ്ങൾ ആരംഭിക്കും. പ്രധാന വീഥി കൾ സമരക്കാരെക്കൊണ്ടു നിറയും.

പൊലീസ് സംഘർഷരംഗങ്ങളിൽ സംയമനം പാലിച്ചു.

പൊലീസ് സേനയിൽനിന്നും അറസ്റ്റ് വിവരങ്ങൾ ചോർന്നുകിട്ടി.

നേതാക്കൾ പലരും രാത്രികാലങ്ങളിൽ ഒളിവിൽ പോയി.

രഹസ്യസന്ദേശങ്ങൾ ലഭിച്ചുകൊണ്ടിരുന്നു.

പണിമുടക്കം നീണ്ടുപോകെ കുറെപ്പേർ ആവേശഭരിതരായി. അവർ സമരപ്രവർത്തനങ്ങളിൽ സജീവമായി. വരുമാനം നിലച്ചതോടെ പല വീടു കളിലും പ്രശ്നങ്ങൾ തലപൊക്കി. ഭയന്നും കരഞ്ഞും ചിലർ ജോലിക്കു കയറാനെത്തി. പിന്തിരിപ്പിക്കാനുള്ള ശ്രമങ്ങൾ പിക്കറ്റിങ്ങിലേക്കും അറ സ്റ്റിലേക്കും നീങ്ങി. സമരപ്രവർത്തനങ്ങളിൽ ഏർപ്പെട്ടിരുന്ന അഞ്ചുപേരെ പൊലീസ് അറസ്റ്റു ചെയ്തു. കോടതി അവരെ റിമാന്റ് ചെയ്തു. പൂജ പ്പുര സെൻട്രൽ ജയിലിൽ സമരക്കാർക്കായി പ്രത്യേക ബ്ലോക്ക് തുറ ന്നു.

സെക്രട്ടേറിയറ്റ് കവാടം പിക്കറ്റ് ചെയ്ത് അഞ്ചു സ്ത്രീകൾ ജയി ലിലായി.

സ്ത്രീകളെ അറസ്റ്റു ചെയ്ത വാർത്ത വന്നതോടെ ജോലിക്കുകയ റിയവരും തിരികെ പണിമുടക്കുരംഗത്തേക്ക് എത്തിയത് ആവേശമു ണർത്തി.

സമരത്തിന് ബാഹ്യപിന്തുണ ഏറി. രാഷ്ട്രീയ പാർട്ടികൾ സമരം ഒത്തുതീർക്കണമെന്നാവശ്യപ്പെട്ട് പ്രസ്താവനയിറക്കി.

സമരം പൊളിക്കാൻ രംഗത്തിറങ്ങിയ സംഘടനകൾ പതുക്കെ പിൻവ ലിഞ്ഞു.

ആദ്യഘട്ടങ്ങളിൽ സമരത്തിന് എതിരുനിന്ന മാധ്യമങ്ങൾ ചുവടു മാറ്റി. മുഖ്യമന്ത്രി, പക്ഷേ, അനങ്ങിയില്ല. ആദ്യം പണിമുടക്കം നിർത്തൂ. പിന്നെ ചർച്ചയാകാം.

മാസശമ്പളത്തിന്റെ കൃത്യതയിൽ രൂപപ്പെട്ട മേദസ്സ് ഉരുകിത്തീർന്നു. ദാരിദ്ര്യത്തിന്റെ ലക്ഷണങ്ങൾ ജീവനക്കാരുടെ വീടുകളിൽ പ്രത്യക്ഷമാ യി. മുദ്രാവാക്യങ്ങൾ കൂടുതൽ ഉശിരുള്ളതായി.

വേഗത്തിൽ പ്രകോപിതരായി.

ഇതിനിടയിൽ മുപ്പത്തി ഒന്നാം തീയതി കടന്നുവന്നു.

യേശയ്യൻ സർവ്വീസിൽനിന്നും വിരമിച്ചു.

യാത്രയയപ്പില്ല. കൊണ്ടാക്കലില്ല.

സമരത്തിൽ നിന്ന് അങ്ങനെ പിരിഞ്ഞു.

ഒരു ഇലകൊഴിയുമ്പോലെ..

യാത്രയയപ്പ് സംഘടിപ്പിക്കാനുള്ള സംഘടനയുടെ നീക്കത്തെ യേ ശയ്യൻ തടഞ്ഞു. ഒരാഘോഷവും വേണ്ട.

പണിമുടക്കം കഴിയട്ടെ.

പതിവുപോലെ പാചകത്തിലേർപ്പെട്ട്, സായാഹ്ന ധർണ്ണയിൽ പങ്കെ ടുത്ത്, എന്റെ ബൈക്കിനു പിന്നിലിരുന്ന് യേശയ്യൻ വീട്ടിലേക്കു മടങ്ങി.

ബൈക്കിന്റെ ശബ്ദംകേട്ട് സുശീലച്ചേച്ചി ഇറങ്ങിവന്നു. പിറകെ മക്ക ളും. കൈയിലിരുന്ന ചെറിയ ബാഗ് സുശീലച്ചേച്ചി വാങ്ങി. അവരുടെ കണ്ണുകൾ നിറഞ്ഞിരുന്നു.

ആഘോഷമാക്കേണ്ട ഒരുദിവസം.

മുറ്റത്ത് ചെറിയ പന്തലിട്ട് സഹപ്രവർത്തകർക്കും ബന്ധുക്കൾക്കും വിരുന്ന് നല്കേണ്ടിയിരുന്ന ദിവസം.

പൂമാലയില്ലാതെ, ബൊക്കെയില്ലാതെ കൂട്ടുകാരില്ലാതെ ഒരു ബൈക്കിന്റെ പുറകിലിരുന്ന്...

അവർക്കത് സഹിക്കാനായില്ല.

നിശ്ശബ്ദം അകത്തേക്ക് കയറിപ്പോയി.

"അവക്ക് വെഷമൊണ്ട്."

"പിന്നെ ഇല്ലാതിരിക്കോ... ഈ പടുതിയിൽ വന്നുകയറിയാപ്പിന്നെ..."

"ഒന്നുംവേണ്ട... ഈ ദെവസം പണ്ടേ നിശ്ചയിക്കപ്പെട്ടതല്ലേ? ഇങ്ങനെ പണിമുടക്കി. അതിന്റെ നടുവീന്ന് എറങ്ങിപ്പോരാൻകഴിഞ്ഞ തില്പരം ഭാഗ്യം വേറെ ഒണ്ടാവുമോടെ."

അയാൾ ചിരിക്കാൻ ശ്രമിക്കുകയായിരുന്നു.

ഇറങ്ങാൻ നേരം കൈപിടിച്ചു.

ചെറിയ വിറയൽ അനുഭവപ്പെട്ടു.

"അങ്ങനെ ഒരു കാലം കഴിഞ്ഞു."

"നീ ഈ വഴിക്ക് വരാൻ മറക്കണ്ട. നീ നാളെ സമരത്തിന് പോവുമല്ല്. ഞാനെന്തായാലും രണ്ടു ദിവസത്തേക്ക് എങ്ങും എറങ്ങണില്ല."

സമരം പിന്നെയും പത്തുനാൾ നീണ്ടു.

യേശയ്യൻ ഇടയ്ക്ക് വന്നുപോയി.

എങ്കിലും ദുഃഖത്തിന്റെ നിഴലാട്ടം കണ്ടു.

കൂട്ടത്തിൽപ്പെടാത്ത ഒരാളെപ്പോലെ മാറി നിന്നു.

കുറെ അവകാശങ്ങൾ പുനഃസ്ഥാപിച്ചു. സമരം തീർന്നതിൽ ആശ്വാസവും നിരാശയും കാമ്പസിനുള്ളിലും പ്രകടമായി.

പണിമുടക്ക് പിൻവലിച്ച് ഞങ്ങൾ പതിവുകളിലേക്ക് മടങ്ങി. നാളുകളേറെ കഴിഞ്ഞും ഒരു യാത്രയയപ്പ് തീരുമാനിക്കപ്പെടാതെ കിടന്നു.

22

കലവറയുടെ കാവല്ക്കാരന്‍

കര്‍ത്താവേ അങ്ങു തലമുറ തലമുറയായി ഞങ്ങളുടെ സങ്കേത മായിരിക്കുന്നു.

പര്‍വ്വതങ്ങള്‍ ഉണ്ടായതിനും അവിടുന്ന് ഭൂമിയെയും ഭൂഖണ്ഡ ത്തെയും നിര്‍മ്മിച്ചതിനും മുമ്പേ അങ്ങ് അനാദിയായും ശാശ്വത മായും ദൈവം ആകുന്നു.

അങ്ങ് മനുഷ്യനെ പൊടിയിലേക്ക് മടങ്ങിച്ചേരുമാറാക്കുന്നു. മനു ഷ്യപുത്രന്മാരെ തിരികെ വരുവിന്‍ എന്നും അരുളിചെയ്യുന്നു. ആയിരം സംവത്സരം അവിടുത്തെ ദൃഷ്ടിയില്‍ ഇന്നലെ കഴിഞ്ഞു പോയ ദിവസംപോലെയും രാത്രിയിലെ ഒരു യാമം പോലെയും മാത്രമിരിക്കുന്നു.

അവരെ അങ്ങ് ഒഴുക്കിക്കളയുന്നു; അവര്‍ ഉറക്കം പോലെയത്രെ. അവര്‍ രാവിലെ മുളച്ചുപൊന്തുന്ന പുല്ലുപോലെയാകുന്നു.

അതു രാവിലെ തഴച്ചുവളരുന്നു. വൈകുന്നേരം അത് കരിഞ്ഞ് വാടിപ്പോകുന്നു. ഞങ്ങള്‍ അവിടുത്തെ കോപത്താല്‍ ക്ഷയിച്ചും അങ്ങയുടെ കോപത്താല്‍ ഭ്രമിച്ചും പോകുന്നു.

ഞങ്ങളുടെ ആയുഷ്ക്കാലം എഴുപത് സംവത്സരം ഏറെ ആയാല്‍ എണ്‍പതു സംവത്സരം; അതിന്റെ പ്രതാപം പ്രയാസവും ദുഃഖ വുമത്രെ; അതു വേഗംതീരുകയും ഞങ്ങള്‍ പറന്നുപോകുകയും ചെയ്യുന്നു.

പുരോഹിതന്‍ തെല്ലുനേരം നിര്‍ത്തി. നിശ്ശബ്ദതയെ ഭേദിച്ച് ശീതീ കരണി മൂരണ്ടു.

യേശയ്യന്‍ ഉള്ളില്‍ അസ്വസ്ഥനാകുന്നത് ഞാനറിഞ്ഞു.

വെള്ളവസ്ത്രം ധരിച്ച സ്ത്രീകൾ ബൈബിളിന്റെ കറുത്ത ചട്ടകൾ നിവർത്തി. അന്തിമ പുറങ്ങളിലേക്ക് വിരലുകൾ ചലിച്ചു. പുരോഹിതൻ ശബ്ദം താഴ്ത്തി ദൈവം മനുഷ്യന്റെ കാതുകളിലേക്കെന്നപോലെ മന്ത്രിച്ചു.

ഞാൻ പുതിയ ആകാശവും പുതിയ ഭൂമിയും കണ്ടു. ഒന്നാമത്തെ ആകാശവും ഒന്നാമത്തെ ഭൂമിയും ഒഴിഞ്ഞുപോയി. സമുദ്രവും ഇനിയില്ല. പുതിയ യെരുശലേം എന്ന വിശുദ്ധനഗരം ഭർത്താവി നായി അലങ്കരിച്ചിട്ടുള്ള പുതിയ മണവാട്ടിയെപ്പോലെ ഒരുങ്ങി സ്വർഗ്ഗത്തിൽ നിന്നു, ദൈവസന്നിധിയിൽ നിന്നു തന്നേ ഇറങ്ങു ന്നതും ഞാൻ കണ്ടു. സിംഹാസനത്തിൽ നിന്നും ഒരു മഹാശബ്ദം പറയുന്നതായി ഞാൻ കേട്ടു. ഇത് മനുഷ്യരോടുകൂടെ ദൈവ ത്തിന്റെ കൂടാരം. അവൻ അവരോടു കൂടെ വസിക്കും. അവർ

എന്റെ ജനമായിരിക്കും. ദൈവം താൻ അവരുടെ ദൈവമായി അവ രോടുകൂടെ ഇരിക്കും. അവൻ അവരുടെ കണ്ണിൽ നിന്നും കണ്ണീ രെല്ലാം തുടച്ചുകളയും. ഇനി മരണം ഉണ്ടാകില്ല. ദുഃഖവും മുറവി ളിയും കഷ്ടതയും ഇനി ഉണ്ടാകയില്ല. ഒന്നാമത്തേതു കഴിഞ്ഞു പോയി. സിംഹാസനത്തിൽ ഇരിക്കുന്നവൻ ഇതാ ഞാൻ സക ലവും പുതുതാക്കുന്നു എന്നരുളി ചെയ്തു. എഴുതുക. ഈവചനം വിശ്വാസയോഗ്യവും സത്യവും ആകുന്നുവെന്നും അവൻ കല്പി ച്ചു. പിന്നെയും അവൻ എന്നോട് അരുളിച്ചെയ്തത്: ഞാൻ

ആൽഫയും മോഗയും ആദിയും അന്തവും ആകുന്നു. ദാഹിക്കു
ന്നവനു ഞാൻ ജീവനീരുറവയിൽ നിന്നു സൗജന്യമായി കൊടു
ക്കും. ജയിക്കുന്നവനു ഇതു ഇതിഹാസമായി ലഭിക്കും. ഞാൻ
അവനു ദൈവവും അവൻ എനിക്കു മകനുമായിരിക്കും.

പുരോഹിതൻ പുസ്തകമടച്ചു.

പുരുഷാരം കണ്ണുകളടച്ചു, തലകളെ വണങ്ങി പ്രാർത്ഥിച്ചു. കുന്തി
രിക്കത്തിന്റെ മണം യേശയ്യന്റെ ദേഹത്തു നിന്നും വിട്ടുപോയിരുന്നില്ല.

എന്തു മടുപ്പാണെന്നറിയാമോ അതിനകത്ത്. അച്ഛന്റെ സങ്കീർത്ത
നങ്ങളും പെണ്ണുങ്ങളുടെ മുരളലും എന്റെ ഗതികെടുത്തുന്നു.

ഞാൻ മാവിൻ ചുവട്ടിലേക്കു നടന്നു.

അമരവള്ളികളുടെ ഹരിതാഭയ്ക്കുകീഴെ, രാവിലത്തെ തണുപ്പിന്റെ
ബാക്കി പോകാൻ മടിച്ചുനിന്നു.

ഇനി അധിക സമയമില്ല. അച്ഛൻ എത്തി. ശുശ്രൂഷകൾ തുടങ്ങി.
നമുക്കൊരിടം വരെ പോയി വേഗം തിരിച്ചെത്താം. എന്റെ ആത്മാവിനെ
ശുദ്ധീകരിക്കാൻ അവർ പെടാപ്പാടു പെടുമ്പോൾ ഞാനിവിടെ ഉണ്ടായി
രിക്കണമല്ലോ. ഞാനിപ്പോൾ സമയത്തിനും കാലത്തിനും അപ്പുറത്താണ്.
ദൂരം മറികടക്കാം. എന്റെ തണുത്ത കൈകളിൽ തൊട്ടു നിന്നാൽ
നിനക്കും ഒപ്പമെത്താം. നീ എന്തിനാണ് പകച്ചു നോക്കുന്നത്. എന്റെ
സംസാരം മാറി അല്ലേ. മരണമാണ് യഥാർത്ഥ തത്ത്വം. അവിടെ വാക്കു
കളുടെ കലവറയ്ക്ക് താക്കോലില്ല. നിന്നെ ഞാൻ കൊണ്ടുപോകുന്നതും
ഒരു കലവറയിലേക്കാണ്. ധാന്യങ്ങളുടെ കലവറ. അവിടന്നു പിരിഞ്ഞ
തിനുശേഷമുള്ള എന്റെ കാലത്തിലേക്കാണ് നിനക്കൊപ്പം ഞാൻ മട
ങ്ങുന്നത്.

ഇപ്പോൾ ഞങ്ങൾ വലിയൊരു കമ്പോളത്തിലാണ്.

ചരക്കുലോറികൾ നിരനിരയായി കിടക്കുന്നു. ട്രാക്ടർ വണ്ടികളും
പിക്കപ്പ് വാനുകളും പെട്ടി ഓട്ടോറിക്ഷകളും ടയറുകൾ ഘടിപ്പിച്ച ഉന്തു
വണ്ടികളും വരികയോ പോവുകയോ ചെയ്യുന്നുണ്ട്. മനുഷ്യത്തിരക്ക് തു
ടങ്ങുവാൻ ഇനിയും വൈകും. സ്വർഗ്ഗത്തിന്റെതെന്നോ നരകത്തിന്റേ
തെന്നോ തെറ്റിദ്ധരിച്ചേക്കാവുന്ന ഒരു ഗോഥിക് കവാടം കടന്ന് ഞങ്ങൾ
പ്രവേശിച്ചത് ഒരു ധാന്യപ്പുരയിലേക്കാണ്. വിവിധതരം ധാന്യങ്ങൾ പ്രത്യേ
കം പ്രത്യേകം ഇടങ്ങളിൽ അട്ടിഅട്ടിയായി വച്ചിട്ടുണ്ട്. എത്രയെങ്കിലും
ലോറികൾക്ക് അതിനകത്ത് കടന്നു ചരക്കുകൾ കയറ്റാം.

"അവിടന്ന് വിട്ടേപ്പിന്നെ എനിക്കൊന്നും ചെയ്യാനില്ലാത്ത പോലെ
യായി. എവിടെയെങ്കിലും ജോലി ശരിയാക്കിത്തരാൻ പലരോടുംപറഞ്ഞു
നോക്കി. ഒന്നും ശരിയായില്ല. വരുമാനം തീരയങ്ങ് കുറഞ്ഞ്. സംഘടന
മോന് സൊസൈറ്റീല് ജോലി തന്നതൊക്കെ ശരിതന്നെ. പക്ഷേ ഒന്നും
ചെയ്യാതെ ഇരിക്കാൻ വയ്യാതായി. ഗതികെട്ടപ്പം ഒരു സെക്യൂരിറ്റി കമ്പ
നീല് രജിസ്ട്രർ ചെയ്ത്. ഒരു ദിവസം ഇന്റർവ്യൂവിന് ചെന്ന്. അടുത്ത

ദിവസം യൂണിഫോം തന്ന്. യൂണിഫോം ഇട്ട് കണ്ണാടീടെ മുമ്പിൽനി
ന്നപ്പോ ചിരി വന്നു. ഒരു കോമാളിക്കാഴ്ച. രാത്രിയാണ് ഡ്യൂട്ടി. ഗോഡൗ
ണാണെന്നു പറഞ്ഞപ്പോ ഇത്രയും കരുതില്ല. സന്ധ്യയാവുമ്പം കയറ്റിറ
ക്കുകാര് പോവും. ഏഴുമണിക്ക് ഞാനെത്തും. കൈയിൽ നീണ്ട ഒരു
വടിയും ടോർച്ചുമുണ്ട്. ഗേറ്റടച്ച് അകത്തിരിക്കണം. അത്യാവശ്യം വന്നാൽ
വിളിക്കേണ്ട നമ്പരുകൾ ഒരു ഡയറിയിൽ എഴുതിയിട്ടുണ്ട്. സ്വയരക്ഷ
യ്ക്കായി ഒരു കമ്പിപ്പാര, വെട്ടുകത്തി എന്നിവ ചാരിവച്ച ഒരു പലക
യ്ക്കടിയിൽ കരുതിയിട്ടുണ്ട്. പത്തു മണിവരെയൊക്കെ പുറത്ത് ആളന
ക്കമുണ്ടാകും. അതുകഴിഞ്ഞാ എല്ലാം നിശ്ശബ്ദമാകും. അപ്പോ പേടി കാലി
ലൂടെ അരിച്ചുകയറും. അരിയും പയറും തിന്നാൻ എലികളെത്തും.
ചെലപ്പോ ഊരണതും ചരക്കുകൾക്കിടയിൽ കാണും. ശബ്ദം കേക്കണ
ടത്ത് ടോർച്ചടിക്കും. എലികളുടെ കണ്ണുകളപ്പോൾ തെളങ്ങും. അവയുടെ
മൂളലും മുരളലും കേട്ടുകേട്ട് ഒരു ശീലമായി. നരിച്ചിലുകൾ വെന്റിലേറ്റ
റിലെ ഇളകിയ ചില്ലിനിടയിലൂടെ പുറത്തും അകത്തുമായി സഞ്ചരിക്കും.
അവയുടെ ചിറകടിയും കരച്ചിലും നടുക്കമുണ്ടാക്കും. അരീം പയറു
മൊന്നും ആരും എടുത്തോണ്ടുപോവേ മറ്റുമൊന്നുമില്ല. പിന്നെ ഒരു ബല
ത്തിന് ഒരു സെക്യൂരിറ്റി. അതിപ്പം വലിയ ഫാഷനാണല്ല്. മാസം മുവായി
രംരൂപ കിട്ടും. അത്തറയെങ്കി അത്തറ.

ഒറ്റയ്ക്കിരിക്കുമ്പം ചങ്കുപടപടാന്നിടിക്കും. ഓരോ കാര്യങ്ങള് ആലോ
ചിച്ച് കൂട്ടും. ഇത്തറീം കാലം സേവിച്ചിറ്റ് എന്തരുകിട്ടിയെന്ന് ചോദിച്ചാ
ഇത്തറീംകാലം ജീവിച്ചെന്നു പറയാം. മീതിയൊന്നുമില്ല. പി എഫൊക്കെ
എന്നേ എടുത്ത് തീർത്ത്. ഗ്രാറ്റുവിറ്റിയും സറണ്ടറും കമ്മുട്ടേഷനും
ചേർത്ത് ഒരു തൊക കിട്ടി. കടം വീട്ടിയപ്പത്തന്ന മുക്കാലുംതീർന്ന്.പിന്നെ
കൊച്ചിന് രണ്ട് മൂന്ന് വള. അവക്ക് ഒരു ചെയിൻ. ചെറുക്കന് ബൈക്ക്.
എല്ലാം എപ്പഴേ തീർന്ന്. ഇവിടയിങ്ങനെ ഇരിക്കുമ്പം ഞാൻ വിചാരിക്കും
നിങ്ങളൊക്കെ കമ്മറ്റീലാരിക്കുമെന്ന്. അങ്ങോട്ടൊക്കെവരണോന്നു കരു
തും. എല്ലാം തീർന്നല്ല. പിന്നെന്തരിനു വരണമെന്നൊക്കെതോന്നും. വല്ല
കാരിയമൊണ്ടെങ്കി മാത്തരം വരും. പകല് വീട്ടിക്കെടന്ന് ഒറങ്ങും. ഇപ്പഴ
വിടെ പാർട്ടി ബ്രാഞ്ചിലൊണ്ടല്ല്. പകലത്തെ പരിപാടിക്ക് പോവും. കമ്മ
റ്റിക്കെങ്ങനെ പോവും. ഇവിടെ കാവലിരിക്കണ്ടേ. തൊടർച്ചയായി കമ്മിറ്റി
മൊടങ്ങിയാ ബ്രാഞ്ച് സെക്രട്ടറി ചോദിക്കും. ഇപ്പം വിപ്ലവമൊക്കെ തീർന്നാ
സഖാവെന്ന്. കേക്കുമ്പം ചുളുങ്ങിപ്പോവും. നമ്മക്കങ്ങനെയല്ലാര്ന്നല്ല്
ശീലം. എല്ലാം സംഘടനയായിര്ന്നല്ല്. അവിടന്ന് വിട്ട്. എല്ലാം തീർന്ന്.
ഇപ്പഴത്തെ പ്രവർത്തനം വേറൊരുരീതിയിലാണ്. നമ്മക്ക് ഇത്തിരിപ്പാടാ
രിക്കും. അവിടം എല്ലാരും വരുമാനമൊള്ളവരാണല്ല്. ഇവിടെ പണപ്പി
രിവും പരിപാടികളിലെ പങ്കാളിത്തവും കൊറഞ്ഞ് കൊറഞ്ഞ് വരേണ്.
നീ നോക്കീന്റൊണ്ടാ എന്തരാണ് കാരിയമെന്ന്. ഇവിടയിപ്പം എല്ലാ ജാതി
ക്കാരുമൊണ്ട്. എങ്കിലും എന്റെ ജാതിക്കാര് തന്നെയാണ് കൂടുതൽ. ജാതി
സംഘടനക്കാര് പലരൂപത്തില് അവിടൊണ്ട്. നമ്മള ആളുകള് എപ്പഴും
പറയണത് പഴേകാര്യങ്ങളും. പണ്ട് അങ്ങനേര്ന്ന് ഇങ്ങനേര്ന്ന് ഞങ്ങള്

എല്ലാം ശരിയാക്കി. എന്നൊക്കെ. അവമ്മാര് ഇതൊന്നും പറയുല്ല. നാളെ വരാൻ പോണതും കിട്ടാനൊള്ളതുമാണ് പറയണത്. അതുകൊണ്ട് നമ്മള് പറണയതിനവര് ചെവി തരുല്ല. നമ്മട ചെല സഖാക്കള് ഇപ്പഴും പഴയ കാലത്താണ്. തങ്കമ്മേടെ ഒട്ട് നമ്മക്കതന്നെ. അവള വീടും കക്കൂസും നമ്മള് കൊടുത്തല്ലേ. എന്നൊക്കെ വിളിച്ചു പറയും. ഇതുകേക്കുമ്പതന്നെ അവർക്ക് കലിയെളവും.

അതൊക്കെപ്പോട്ട്. രാത്രീല് ഇരിപ്പ് ഇത്തിരി കടുപ്പം തന്ന. ഒറ്റയ്ക്ക് എലിക്കും പെരിച്ചാഴിക്കും നരിച്ചിലിനും എറമ്പിനും കൊതുവിനും ഒപ്പം ഒരു മനുഷ്യജീവി. തനിച്ച്. ഞാനും പിന്നെപ്പിന്നെ അവരിലൊന്നായി. എടയ്ക്ക് ഒറങ്ങിപ്പോവും. ചെറിയ ശബ്ദം കേൾക്കുമ്പ ഞെട്ടിയെഴു ന്നേല്ക്കും. പിന്നെം കണ്ണു തൊറന്നു പിടിച്ച് ഇരിക്കും. കുപ്പീവച്ചക്ക്ണ വെള്ളം കുടിച്ച് ഉള്ളു തണുപ്പിക്കും. ഈ രാത്രിയെന്ന് പറയണതിന് എന്ത് നീളമാണ്. ഒരിക്കലും വെളുക്കുല്ല. ഒരുദെവസം വെളുപ്പിന് മൂന്നാ യിക്കാണും. ഒരു ഫോൺ. ഞാൻ എടുത്ത്. മൊലാളിയാണ്. മൂന്നാല് ലോറിവരും ഗേറ്റ് തൊറന്നുകൊടുക്കണം. പറഞ്ഞതിന്റെ പെരകെ ഇതാ ലോറികള്. ഞാൻ ഗേറ്റ് തൊറന്ന് കൊടുത്. വേഗം അകത്തുകയറി. ഗേറ്റടക്കാൻ പറഞ്ഞപ്പം ഞാനടച്ച്. അടക്കിപ്പിടിച്ച വർത്താനം. കള്ളല ക്ഷണം. എന്തരോ പെശക് മണത്ത്. അവമ്മാര് എറക്കീറ്റ് പോയപ്പം ഞാചെന്ന് പരിശോധിച്ച്. റേഷനരി. ഒളിച്ചുകടത്തേണ്. രാവിലെ മൊത ലാളീരോട ചോദിച്ച്. റേഷനരിയാണാന്ന്. ഇങ്ങനെയൊക്കെ പലതും കാണേണ്ടിവരും. ഒക്കുല്ലങ്കി പൊയ്ക്കോളാമ്പറഞ്ഞ്. മൈര് എനിക്കി തൊന്നും ഒക്കുലെന്ന് പറഞ്ഞ് ഞാനെറങ്ങി. വലിയ സത്യവാമ്മാര് സെക്യൂരിറ്റിപ്പണിക്കെറങ്ങണ്ടെന്നു പറഞ്ഞ് അയാള് ഗേറ്റടച്ച്. ഞാൻ സെക്യൂരിറ്റി ഏജൻസീടെ ആപ്പീസിച്ചെന്ന് യൂണിഫോം ഊരിക്കൊടുത്, മുണ്ടെടുത്തുടുത്ത് വീട്ടിലേക്ക് ചവിട്ടി.

പിന്നക്കോറെ ദെവസം പകലും രാത്രീലും ഒറങ്ങി. പിത്തംപിടിച്ച് ഊപ്പാട് വന്നപ്പം ജോലി തേടിയെറങ്ങി. ഒടുക്കം സെക്യൂരിറ്റിയാകാൻ തന്നെ ഒറച്ച്. വേറൊരേജൻസീപ്പോയി. വേറൊരു യൂണിഫോറം. പക്ഷെ ഗമയൊണ്ട്. ഇവിടെ സൂക്ഷിക്കേണ്ടത് അരീം പയറുമൊന്നുമല്ല. നോട്ട്. എ ടി എം നു മുമ്പില് കാവല്. ഇവിടെ രാത്രീം പകലും മാറിമാറി നി ക്കാമെന്ന ഗുണമൊണ്ട്. നമ്മള സമരഗേറ്റിനപ്പറത്തെ എ ടി എമ്മിലാണ് നിപ്പ്. നിന്നെ ചെലപ്പഴൊക്കെക്കൊണാറൊണ്ട്. മുദ്രാവാക്യം വിളിച്ചുപോ ണത്. യൂണിഫോറത്തിലായതുകൊണ്ട്, ആളില്ലെങ്കി, ഞാൻ എ ടി എമ്മി നകത്ത് കയറിക്കളയും. അവിടെ നിന്നു നോക്കും. സമരം കാണുമ്പോ ഇപ്പോഴും ആവേശം കേറും. പിന്നെ എന്തര് ചെയ്യാൻ. അകത്ത് ആളെങ്കി ഞാൻ പയ്യെ ബാങ്കിനകത്തേക്ക് മാറിക്കളയും അവിടെ ഒരു സ്റ്റൂളിലി രുന്ന് റോട്ടിലേക്ക് നോക്കുമ്പം എന്റപ്പീ കണ്ണ് നെറയും. എത്തറപ്രാവശ്യം നമ്മളങ്ങോട്ടുമിങ്ങോട്ടും മുദ്രാവാക്യം വിളിച്ച്പോയിട്ടൊണ്ട്. എത്തറ ദിവസം പൊലീസൊട്ടിച്ചിട്ടൊണ്ട്.വലിയപണിമൊടക്ക് കാലത്ത് എപ്പഴും റോട്ടിത്തന്നേരിന്നല്ല. എല്ലാം തീർന്ന്."

പിന്നെ യേശയ്യൻ ഒന്നും മിണ്ടിയില്ല.ഇപ്പോഴും ഗോഡൗണിലുള്ളി
ലാണ്. മേല്ക്കുരയിലെ സുഷിരങ്ങളിലൂടെ സൂര്യവെട്ടം കടന്നുവരുന്നു.
അടുക്കിവെച്ച ചാക്കുകൾക്കുമേൽ ടോർച്ച് വെട്ടംപോലെ വീഴുന്നുണ്ട്.
രാത്രിയിലെ എലികളെല്ലാം മടങ്ങിയിരിക്കുന്നു. വിശാലമായ ഗോഡൗ
ണിന്റെ ശൂന്യ ഇടങ്ങളിൽ അരിമണം പുറത്തേക്കുകടക്കാൻ മറന്നു.
പതുക്കെ ഒരു ശ്വാസംമുട്ടലും മനംപുരട്ടലും അനുഭവപ്പെട്ടു. എന്റെ
ബോധം മങ്ങുന്നതായും. യേശയ്യന്റെ രൂപത്തിൽ മാറ്റംവരുന്നതുപോ
ലെയും തോന്നി. ചിലപ്പോൾ മരിച്ചപോലെ. ചിലപ്പോൾ പ്രസരിപ്പോടെ.
മൗനം ഏറിവന്നപ്പോൾ ചെറിയ ഭയം പെരുത്തുവന്നു. യേശയ്യൻ കരു
ത്താർജ്ജിക്കുന്നു. കവിളുകൾ തുടുത്തു. നരച്ചു തുടങ്ങിയ മുടി കറു
ത്തു. മീശ കട്ടിയായി. തലേക്കെട്ട് വന്നപോലെ. അയ്യോ അയ്യങ്കാളി ഞാ
നുള്ളിൽ പറഞ്ഞു. പെട്ടെന്നയാൾ മെലിഞ്ഞു. കറുത്തു നീണ്ട മുടി മുന്നി
ലേക്ക് ചിതറി.സഖാവ്...

നമുക്ക് പോണ്ടേ?

മരത്തിൽ പടർന്ന അമരവള്ളികൾ കാറ്റിലാടിക്കൊണ്ടിരുന്നു.
ശുശ്രൂഷ തുടരുകയാണ്.

ഘോരയുദ്ധം നീണ്ടു നില്ക്കുമ്പോൾ
ആഘോഷഗീതം ദൂരെകേൾക്കുമ്പോൾ
ധൈര്യം വരും, നാം ശക്തന്മാരപ്പോൾ.....

23

മുറിഞ്ഞകാല്

ശുശ്രൂഷകള്‍ തുടരുകയാണ്.

ശീതീകരണിയില്‍നിന്നും പുറത്തെടുത്ത വെളുത്ത സാറ്റന്‍തുണി കളില്‍ അലങ്കരിച്ച ശവപ്പെട്ടിയില്‍ യേശയ്യന്‍ ചുവന്നകൊടി പുതച്ചു കിട ന്നു.

പ്രാര്‍ത്ഥനകളും ഗീതങ്ങളും മാറിമാറി വന്നു.

അന്ത്യദര്‍ശനത്തിനായി പലരും എത്തിക്കൊണ്ടിരുന്നു.

ദിനപ്പത്രങ്ങളിലെ ചരമകോളത്തില്‍ യുവാവായ യേശയ്യന്റെ പടം വന്നു. അത് കണ്ട പരിചയക്കാര്‍ അയ്യോ നമ്മടെ യേശയ്യന്‍ മരിച്ചോ എന്നുത്ക്കണ്‍ഠപ്പെട്ട് ധൃതിയില്‍ എത്തി. താനല്ല മരിച്ചത് എന്ന കാര്യ ത്തില്‍ അവര്‍ ആശ്വാസംകൊണ്ടു. ശവപ്പെട്ടിയില്‍ തന്റെ തന്നെ മുഖം കണ്ടവര്‍ വേഗത്തില്‍ മാറിക്കളഞ്ഞു.

പാട്ടും പ്രാര്‍ത്ഥനയുമായി ഇനിയും ഒരു മണിക്കൂറുണ്ട്. അന്ത്യയാ ത്രയ്ക്ക്.

അമരവള്ളികള്‍ വളര്‍ന്നിറങ്ങിവന്ന് എന്റെ മുഖമുരുമ്മി.

ദുഃഖിക്ക്, ക്ഷമ ചോദിക്ക്. അയാളെ മറന്നതിന്. വഴി മാറി നടന്ന തിന്. കണ്ടില്ലെന്ന് നടിച്ചതിന്. ഒരുമിച്ചു നടന്ന വഴികളിലെ കുന്താലം പുല്ലുകള്‍ വെട്ടിമാറ്റിയതിന്.

യേശയ്യന്റെ മോന്‍ കല്യാണമായി. ജങ്ഷനില്‍ ഒരിക്കല്‍ കണ്ടപ്പോള്‍ പറഞ്ഞു. "ഞാനിന്റെ വീട്ടിവരും. ചെറുക്കന്റെ കല്യാണം വിളിക്കാന്‍. ഭാര്യയെയും പിള്ളാരെയും കൂട്ടി വരണം."

"ഞായറാഴ്ചവന്നാ ഞാന്‍ വീട്ടിക്കാണും"

"ഓ... അങ്ങനെതന്നെ."

കല്യാണംവിളിച്ച് മടങ്ങുമ്പോള്‍ ആക്സിഡന്റുണ്ടായി. മകന്‍ ഓടി

ച്ചിരുന്ന ബൈക്ക് ഏതോ ഒരു കാറ് ഇടിച്ചുതെറിപ്പിച്ച് കടന്നു. ഭാഗ്യം മോനൊന്നും പറ്റീല്ല. യേശയ്യന്റെ കാലിൽ ഇത്തിരിമുറിവ്.ഇത്തിരി ഒടി വ്.കല്യാണം വിളിക്കുന്ന തെരക്കല്ലേ? ക്ഷമയുണ്ടായില്ല. അടുത്തുള്ള ആശുപത്രീകയറി മുറിവു വച്ചുകെട്ടി. എക്സ്റേയിൽകാലിൽ ചെറിയ പൊട്ടൽ കണ്ടു. അവിടെ പ്ലാസ്റ്ററിട്ടു.

ചെറിയ എന്തോ കൊഴപ്പം പറ്റിയെന്നാണറിഞ്ഞത്. പോയി നോക്കാൻ പറ്റീല്ല. അതിന് കമ്മിറ്റി കഴിഞ്ഞിട്ട് നേരം വേണ്ടേ?

കല്യാണത്തിന് പ്ലാസ്റ്ററിട്ടകാലുമായി ഒരിടത്തിരുന്നു. വന്നവരെ കൈ കൾ നീട്ടി സ്വീകരിച്ചു. അവർ പൊതിഞ്ഞു നല്കിയ ചെറിയചെറിയ

സംഭാവനകൾ കറുത്ത ബാഗിൽ തിരുകിയും ഭക്ഷണം കഴിച്ചോ എന്നു തിരക്കിയും സജീവമായി.

പഴയ കൂട്ടുകാർ എത്തി. ഡി സി എസ്സിനെ കാത്തു. എത്തിയില്ല. കല്യാണം കഴിഞ്ഞ് മകൻ ഭാര്യവീട്ടിൽ വിരുന്നിനു പോയ ദിവസം യേശ യ്യന്റെ കാലിൽ അസ്വസ്ഥത വർദ്ധിച്ചു. മകനെ വിളിച്ചുവരുത്തി. യേശ യ്യനെ കാറിൽകയറ്റി മെഡിക്കൽ കോളേജ് ആശുപത്രിയിൽ എത്തിച്ചു.

അത്യാഹിത വിഭാഗക്കാർ പ്രാഥമിക ശുശ്രൂഷ നല്കിയതിനു ശേഷം അഡ്മിറ്റ് ചെയ്തു. വകുപ്പു മേധാവിയും ശിഷ്യരും എത്തി. കാല് സസൂക്ഷ്മം പരിശോധിച്ചു.

"എവിടെയാണ് ആദ്യം കാണിച്ചത്."

യേശയ്യൻ ആശുപത്രിയുടെ പേരു പറഞ്ഞു.

"ഇറെസ്പോൺസിബിൾ റാസ്ക്കൽസ്."

"കൊഴപ്പം വല്ലതും."

യേശയ്യൻ മുഴുമിപ്പിച്ചില്ല. പ്ലാസ്റ്റർ അറുത്തു മാറ്റി. പ്രമേഹം കാലി നെ...

പഴുത്തൊലിക്കുന്ന കാല് സംരക്ഷിക്കാനാവില്ലെന്ന് ഡോക്ടർ മക നോട് പറഞ്ഞു. കാല് മുറിച്ചു മാറ്റണം. മുട്ടിന് താഴെ. അങ്ങനെ ചെയ്തി ല്ലെങ്കിൽ ആളിനെ നഷ്ടപ്പെടും.

പേഷ്യന്റിനെ അറിയിക്കണം. സമ്മതം വാങ്ങണം.

യേശയ്യൻ തളർന്നു. ഏറെനേരം മറുപടി പറഞ്ഞില്ല. കണ്ണുനീർ വീണ് ഷർട്ട് നനഞ്ഞു.

മകന്റെ കൈ പിടിച്ചു.

"നീയെന്തര് പറയണ്."

"നമുക്ക് വേറെ വഴിയില്ല."

എന്നാപ്പിന്നെ അങ്ങനെ തന്നെ നടക്കട്ട്."

കാല് മുറിക്കപ്പെട്ട് വീട്ടിലെ വടക്കേ മുറിയിൽ തടിക്കട്ടിലിന്മേൽ പഴ ന്തുണിവിരിച്ച് യേശയ്യൻകിടന്നു.

കട്ടിലിന്റെ തലയ്ക്കലിരുന്ന് യേശയ്യന്റെ കൈപിടിച്ചു.

കണ്ണീർ ഒഴുകിയുണങ്ങിയ പാടിലൂടെ ഒരുതുള്ളി ഒഴുകി, വഴിയിൽ നിന്നു.

"എന്റെ കാര്യം തീർന്ന്."

"ശരിയാവും സഖാവേ... നമുക്ക് നല്ല ഒരുകാല് വയ്ക്കാം."

"പോയത് പോയി.. എനിക്കിനി ഒന്നും വേണ്ട."

"പഴയ ധൈര്യം വിട്ടുകളയല്ലേ... ഇനീം എത്രയോ കാലം. മുന്നോട്ട് പോണം."

"ഒരുകാല് പോയന്ന് പറയുമ്പം അതെന്തരാണെന്ന് അനുഭവിച്ചു തന്നെ അറിയണം. മുറിഞ്ഞുപോയ കാലിലെ വെരല് ചൊറിയുമ്പോലെ തോന്നും. അറിയാതെ കൈ അങ്ങോട്ടു ചൊറിയാൻ ചെല്ലുമ്പം കാലു പോയതുപോട്ട്. പക്ഷേ, അതൊള്ളതുപോലെ തന്നെ തോന്നുന്നതാണ് പ്രശ്നം. എത്തര വിചാരിച്ചാലും മാറ്റാമ്പറ്റണില്ല."

"ഒരു കാലു പോയ കാര്യം മനസ്സ് അംഗീകരിച്ചിട്ടൊണ്ടാവൂല്ല.

പതുക്കെ പതുക്കെ എല്ലാം ശരിയാവും!!" മുറിഞ്ഞുപോയ കാലിൽ മുറിയാത്ത ഇന്ദ്രിയ സ്പർശനത്തെയകറ്റാൻ യേശയ്യൻ പാടുപെടുമ്പോൾ ഞാൻ യാത്ര പറഞ്ഞു.

ചെക്കാലമുക്കിലെ ഉപേക്ഷിക്കപ്പെട്ട ചക്കിനു മുകളിലാണിരിപ്പ്. ഊന്നുകാലുകൾ രണ്ടും ചക്കിൽ ചാരിവയ്ക്കും. സൊസൈറ്റിയിലേക്ക് പോകുന്ന വഴിയിൽ മകൻ യേശയ്യനെ അവിടെയിറക്കിയാണ് പോകുന്നത്.

യേശയ്യന്റെ മകനെ സഹകരണസംഘത്തിൽ മിക്ക ദിവസവും കാണും. വിശേഷങ്ങൾ ചോദിച്ചറിയും. "പപ്പയ്ക്കൊരുഷാറുപോര. ഒരേ ഇരിപ്പാണ്. പഴയകാര്യങ്ങൾ എപ്പഴും പറഞ്ഞോണ്ടിരിക്കും. മുറിവ്പൊറുത്തപ്പം പാർട്ടിക്കാർ വീട്ടിൽവന്ന് ആർട്ടിഫിഷ്യൽ ലിംബ് സെന്ററിൽകൊണ്ടു പോയി. അളവൊക്കെ എടുത്തു. അവര് പിരിവെടുത്തു കൃത്രിമക്കാല് വയ്പിച്ചു. ഒന്നു രണ്ടു ദിവസം അതും വച്ച് പതുക്കെ നടന്നുനോക്കി. എന്നെക്കൊണ്ടൊക്കൂല്ലന്നുപറഞ്ഞ് എളക്കിമാറ്റി. ഊന്നുകാലു വയ്ക്കാൻപോലും മടിയാണ്. എന്തോ ക്ഷീണംപോലെ. ഒടുക്കം പാർട്ടിക്കാരെല്ലാം കൂടെ വന്ന് റിഹാബിലിറ്റേഷൻ സെന്ററികൊണ്ടുപോയി ഫിസിയോത്തെറാപ്പി ചെയ്യിച്ചു. കൊണ്ടുപോകാൻ ആള്കള് മാറിമാറി വന്നു. മുപ്പതുദെവസത്തോളം പോയി. ഒരുവിധം നടന്നു തുടങ്ങിയതാണ്. പിന്നെ മടിച്ചു. നടക്കൂല്ല. എപ്പഴും ഒറക്കം തന്നെ. കാലൂരി മൂലയ്ക്ക് വച്ചിറ്റൊണ്ട്. നരകിക്കണ്ടല്ലെന്നു കരുതിയാണ് ഞാൻ രാവിലെ എറങ്ങുമ്പം ബൈക്കിൽ കേറ്റി ചെക്കാലമുക്കി കൊണ്ടിരുത്തണത്. ചെലപ്പം പാർട്ടിക്കാരാരെങ്കിലും അതുവഴി വരുമ്പം കൈതട്ടി വിളിക്കും. അവര് വീട്ടി കൊണ്ടാക്കും. അല്ലെങ്കിൽ ഞാൻ മടങ്ങിപ്പോകുമ്പം കൊണ്ടു പോകും."

ചെക്കാലമുക്കിലെ ആൽമരം പോലെ, രണ്ടായിപിരിയുന്ന റോഡു പോലെ, പല പിരിവുകളുള്ള കൊടിമരം പോലെ, ഉപേക്ഷിക്കപ്പെട്ട ചക്കു പോലെ ചക്കിനു മേൽ ഒരു യേശയ്യൻ.

ഒരുദിവസം യേശയ്യനെ കണ്ടില്ലെങ്കിൽ ആളുകൾ തെരക്കും. "എവിടെ നമ്മടെ യേശയ്യൻ? യേശയ്യൻ ഒരുപകൽ മുഴുവൻ എന്താണ വിടെ ചെയ്യുന്നത്?"

പലരും പലതാണ് പറയുന്നത്.

ചുമട്ടുതൊഴിലാളികൾ: "ഏതെങ്കിലും ലോഡു പോയാ യേശയ്യണ്ണൻ ഒറക്കെവിളിക്കും. എടേയ് ലോഡുപോയി. ഇരുന്നൊറങ്ങാതെ പെറകേ വേഗം വിട് എന്ന്. ഒരുപകാരിതന്നെ!"

മുറുക്കാൻകടയിലെ ശിവൻകുട്ടി:

"ഒരു പ്രയോജനവുമില്ലാത്ത ജന്മം. ഒരുപഴം വാങ്ങിതിന്നേ ഒരു ബീഡിവലിക്കേ ഒന്നു മുറുക്കേ ചെയ്യാതെ വെറുതെ ഇരിക്കണതുകൊണ്ടെന്തരുഗുണം."

തുണിക്കടയിലെ സെയിൽസ് ഗേൾ ഇന്ദു:

"ആ ഒറ്റക്കാലൻ അവിടെത്തിയാ മണി ഒമ്പതരകഴിഞ്ഞ്. അതിനു

മുമ്പേ എത്തിയാ, കട തൊറക്കണേന്ന് മുമ്പേ എത്താം. അയാളെ കണ്ടാ അപ്പം ഉള്ളുപെടയും. ഇരുന്നോട്ട്. ആർക്ക് എന്ത് കുഴപ്പം?"

സർക്കാർ ജീവനക്കാരനായ സുകുമാരൻ:

"ഹോ എന്തൊരു പൊടി പൊടിച്ച മനുഷ്യനാണ്. പ്യൂണായിരുന്നെ ങ്കിലും സെക്രട്ടേറിയറ്റില് അയാള് വിചാരിച്ചാ നടക്കാത്ത കാര്യമില്ലാര്ന്ന്. ലവമ്മാരയുണിയന്റെ എന്തരോ ഒക്കെ ആയിരിന്ന്. എല്ലാ ചാട്ടോം തീരും. ഇരുപ്പിട്ടമാവുമ്പം ഒരുപട്ടിക്കും വേണ്ടാതാവും."

ചന്തയിൽ പോകുന്ന സരസമ്മ:

"അവനിപ്പഴീപ്പഴ് ഒരു കൊഴപ്പമൊണ്ട്. ഏഷണി. ഇരുന്നോണ്ട് പോട്ട്. ഞാനങ്ങോട്ടു നോക്കൂല. സരസമ്മയക്കച്ചീ ഒന്നു ഇങ്ങോട്ടു വന്നിറ്റുപോ യെന്നവൻ കീറും. എന്റെ പട്ടിപോവും."

പാർട്ടിക്കാരൻ:

"ഇങ്ങനേം അധഃപതിക്കുമോ ഒരു സഖാവ്. കാലുപോയതോടെ എല്ലാം പോയി. പഴേതിന്റെ പ്രേതം. പാർട്ടി അംഗമാണെങ്കിലും കമ്മിറ്റി ക്കു വരൂല്ല. പരിപാടിക്കെത്തൂല്ല. വായും നോക്കി ഇരിക്കും. അതിനുമാ ത്തരം സമയമൊണ്ട്. പണ്ട് ചെയ്ത കേമത്തം പറഞ്ഞിറ്റും പറഞ്ഞിറ്റും ഇയാക്ക് മട്ക്കണില്ലേ? ആവശ്യങ്ങളെല്ലാം കഴിഞ്ഞപ്പം പാർട്ടി അയ്യം. ഡിസിപ്ലിനില്ല. കണ്ട വിരുദ്ധന്മാരോടൊക്കെ പാർട്ടിയെപ്പറ്റി കുറ്റം പറ യും. ഈയിടെയായി വിഭാഗീയതയും തൊടങ്ങി."

കുറച്ച് നാളുകൾക്കുശേഷം യേശയ്യനെകണ്ടു. കാണാതെ പോകാൻ നോക്കിയതാണ്. ജംഗ്ഷനായതിനാൽ ബൈക്കിന്റെ ഗിയർ ഡൗൺ ചെയ്തു ചക്കിലേക്ക് വെറുതെ നോക്കി. പെട്ടെന്ന് വേഗതകൂട്ടി.

"ഡേയ് ഡേയ് കാണാത്തപോലെ പോണോ... നിർത്ത് നിർത്ത്.."

നിർത്താതിരിക്കാൻ നിർവ്വാഹമില്ല. ബൈക്ക് ആൽമരം ചുറ്റി ചക്കി നടുത്ത് നിന്നു.

"നെന്നെ കാണാനില്ലല്ലോടേ.. മറന്നാ.. ഞാനിരിന്ന പതവീലാണ് നീയിപ്പം അവിടെയിരിക്കണത്. അത് മറക്കല്ലേ... എങ്ങനെയൊക്കെ യൊണ്ട് സംഘടന, നീയിപ്പഴും പഴേഗ്രൂപ്പിത്തന്നേ. ഒരിക്കലവമ്മാര് നിന്നെ ചവിട്ടിക്കൂട്ടിയതാണ്. ഞാനാണ് രക്ഷിച്ചെടുത്ത്. മറക്കല്ലേ. എന്റെ ചെറു ക്കനെ നിങ്ങള് സ്ഥിരപ്പെടുത്തീലല്ലേടേ. ഓ ഞാ ചെയ്തതെല്ലാം എന്റൊ ടൊപ്പംമറന്ന്..."

"പാർട്ടി പ്രവർത്തനമൊക്കെ നടക്ക്ണില്ലേ..." വിഷയം മാറ്റാൻ ഒരു പ്രയോഗം.

"പാർട്ടിക്കാരമ്മാര്ക്ക് ഇപ്പം ഒന്നിനും നേരമില്ലല്ല്. പാച്ചിലല്ലേ. പാച്ചില്. എവ്ടപ്പായണത്? ആളുകളെ കണ്ടാ അറിയാതെ എന്തരെടു

പ്പാൻ പോണത്. ഞാനിവിടിരിക്കണത് അവമ്മാര കണ്ണിപ്പെടൂല്ല... നിന്നെ പ്പോലെ തന്ന. കാണാത്ത പോലെ പോവാൻ നോക്കും. ഞാൻ വിടു മോ... പൈസ വല്ലോം ഉണ്ടെങ്കിതന്നിട്ടുപോടെ...?"

കഷ്ടകാലത്തിന് വലിയ നോട്ടാണ് കൈയിൽ വരുന്നത്. അത് യേശ യ്യന്റെ പോക്കറ്റിലായി.

"എന്നാ ശരി."

"ശരി."

ബൈക്ക് സ്റ്റാർട്ടാക്കി. വേഗമെടുത്തു. മനസ്സിൽ ഒരു സൂചി കുത്തി ക്കയറി. ഇതേത് യേശയ്യൻ. ആളുകൾ പറഞ്ഞപ്പോൾ വിശ്വസിച്ചില്ല. ഒരി ക്കൽ ആരായിരുന്നു ഇയാൾ! സമരവനങ്ങളിൽ നിത്യഹരിതവൃക്ഷങ്ങൾ കുറവാണ്.. ഏറെയും ഇലപൊഴിക്കുന്നവ.

യേശയ്യൻ തുരുതുരാ ഇലകൾ പൊഴിക്കുന്നു. തളിരിടാൻ ഒരു കാലം ബാക്കിയാക്കാതെ?

24
ഇരുട്ട്

അവസാനത്തോടടുക്കുമ്പോൾ യേശയ്യന്റെ മുഖത്ത് അശാന്തി പെരുത്തു. ചുറ്റും കൂടിയവരെയും വെള്ളക്കുപ്പായമണിഞ്ഞ പുരോഹി തന്മാരെയും സഭാവിശ്വാസികളെയും പാർട്ടിപ്രവർത്തകരെയും പരപരാ നോക്കി.

കാഴ്ചകൾ പോയ കണ്ണിലും കേൾവി പോയ കാതിലും നിറങ്ങളും നിഴലുകളും ഗീതങ്ങളും നിറഞ്ഞു.

എന്നാൽ ക്രിസ്തു നിദ്രകൊണ്ടവരിൽ ആദ്യഫലമായി മരിച്ചവരു ടെ ഇടയിൽ നിന്നുയർത്തിരിക്കുന്നു. മനുഷ്യൻ മൂലം മരണമു ണ്ടായാൽ മരിച്ചവരുടെ പുനരുദ്ധാരണവും ഒരു മനുഷ്യൻ മൂലമു ണ്ടായി. ആദാമിൽ എല്ലാരും മരിക്കുന്നതുപോലെ, ക്രിസ്തുവിൽ എല്ലാരും ജീവിക്കപ്പെടും. ഓരോരുത്തരും താന്താന്റെ നിരയില ത്രേ. ആദ്യ ഫലം ക്രിസ്തു.പിന്നെക്രിസ്തുവിനുള്ളവർ അവന്റെ വരവിൽ, പിന്നെ അവസാനം, അന്ന് അവൻ എല്ലാ വാഴ്ചക്കും അധികാരത്തിനും ശക്തിക്കും നീക്കം വരുത്തീട്ടു രാജ്യം പിതാ വായ ദൈവത്തെ ഏല്പിക്കും. അവൻ സകല ശത്രുക്കളെയും കാല്ക്കീഴാക്കുവോളം വാഴേണ്ടതാകുന്നു. ഒടുക്കത്തെ ശത്രുവാ യിട്ടു മരണം നീങ്ങിപ്പോകും...

സുശീലച്ചേച്ചി അന്ത്യചുംബനം നല്കി. അവളുടെ ചുമലിലൂടെ കൈകൾ ചുറ്റപ്പിടിച്ച് എത്രയോ കാലം നിഷേധിച്ചതൊക്കെയും നല്കു വാൻ യേശയ്യൻ വെമ്പി. മരണം എന്റെ കൈകളെയും കവർന്നിരിക്കു ന്നു. മകൾ വിങ്ങി നിന്നു. മകൻ ശവമടക്കിന്റെ തയ്യാറെടുപ്പിലാണ്. അവൻ പിന്നെ എല്ലാം കഴിഞ്ഞതിനുശേഷം ഒറ്റയ്ക്കുനിന്നു കരയും.

ആരോ ചുവന്ന കൊടി മാറ്റി വെള്ളവസ്ത്രം പുതച്ചു. അതെടുത്തു മാറ്റരുതേയെന്ന് ഉറക്കെ വിളിച്ചു. ശബ്ദവും മരിച്ചുവല്ലോയെന്ന് യേശയ്യൻ പരിതപിച്ചു.

"കാണാനുള്ളവർക്ക് കാണാം. പെട്ടി അടയ്ക്കുവാൻ പോകുകയാണ്."

ചിതറിനിന്നവർ യേശയ്യനു ചുറ്റും ഓടിക്കൂടി. എല്ലാ മുഖങ്ങളും യേശയ്യനിലേക്ക്. പൌഡർ പൂശി മിനുക്കിയ മുഖം.

മൂക്കിലെ ഇരുട്ടുമറച്ച് പഞ്ഞിത്തുണ്ടുകൾ. കഴുത്തിനു താഴെ പുതപ്പിച്ച വെള്ളക്കച്ച. അതിൽ അടയാളപ്പെടുത്തിയ കുരിശ്. ചുറ്റും കൂടിയവരെ വേഗത്തിൽ കണ്ടു തീർക്കാൻ നോക്കി. മുഖങ്ങൾ വ്യക്തമാകുന്നില്ല. കാഴ്ചയില്ലാതെയെത്ര കാണുന്നത്.

നിമിഷങ്ങൾ മാത്രമേ ഇനി ശേഷിക്കുന്നുള്ളൂ.

മരിച്ചുപോയ നമ്മുടെ ഈ സഹോദരനെ നമുക്ക് ദൈവത്തെ ഭരമേല്പിക്കാം. നീതിമാന്മാരുടെ ആത്മാക്കൾ ദൈവത്തിന്റെ കൈകളിലാകുന്നു. യാതൊരു പീഡയും അവരെ ബാധിക്കുകയില്ല.

പുരോഹിതൻ പെട്ടിക്കു മീതെ സാങ്കല്പികമായ കുരിശുവരച്ചു. വെളിച്ചത്തിലെവിടെയോ ഒളിപാർത്ത ഇരുട്ട് പെട്ടിക്കുള്ളിലേക്ക് ഓടിക്കയറി. അവസാന വെളിച്ചവും ഒലിച്ചുപോകെ യേശയ്യൻ ഇരുട്ടായി.

www.ingramcontent.com/pod-product-compliance
Lightning Source LLC
Chambersburg PA
CBHW031424150726
47989CB00002B/782

9 789384 445294